INSIGHT PUBLICA®

INSIGHT PUBLICA®

Nadakkave, Kozhikode, Kerala
www.insightpublica.com
e-mail: insightpublica@gmail.com
Kavitha Mattoru Bhashayanu
Study
Biju Kanhangad
First Edition: May 2017
This Edition: October 2021

ISBN 978-93-85899-91-1
Cover Design
Madhu Origin

കവിത മറ്റൊരു ഭാഷയാണ്

ബിജു കാഞ്ഞങ്ങാട്

INSIGHT PUBLICA®

കവി, ചിത്രകാരൻ. മലയാള സാഹിത്യത്തിൽ ബിരുദാനന്തരബിരുദം. 2005 ൽ സാഹിത്യ അക്കാദമിയുടെ ദേശീയ കവി സമ്മേളനത്തിൽ മലയാളത്തെ പ്രതിനിധാനം ചെയ്തു. 2013 ലെ മഹാകവി പി. സ്മാരക യുവകവി പ്രതിഭാ പുരസ്കാരം, 2015 ലെ മൂടാടി ദാമോദരൻ സ്മാരക കവിതാപുരസ്കാരം എന്നിവ നേടിയിട്ടുണ്ട്. കവിതാ സമാഹാരങ്ങൾ : *തൊട്ടുമുമ്പ് മഞ്ഞയിലയോട്, അഴിച്ചുകെട്ട്, ജൂൺ, ഉച്ചമഴയിൽ, വെള്ളിമൂങ്ങ, പുലിയുടെ ഭാഗത്താണ് ഞാനിപ്പോഴുള്ളത്, വാക്കിന്റെ വഴിയും വെളിച്ചവും* (പഠനം). കവിതകൾ ഇംഗ്ലീഷ്, ഹിന്ദി, കന്നഡ, തുളു എന്നീ ഭാഷകളിൽ വിവർത്തനം ചെയ്യപ്പെട്ടിട്ടുണ്ട്. ഇപ്പോൾ പെരിയ ഗവ.ഹയർസെക്കന്ററി സ്കൂൾ മലയാളംഅധ്യാപകൻ.

Email : bijukanhangad@gmail.com

ബിജു കാഞ്ഞങ്ങാട്

ആമുഖം

കവിതയെക്കുറിച്ച് മിണ്ടാൻ തോന്നുമ്പോഴൊക്കെ ദിവാകരേട്ടന്റെ(ദിവാകരൻ വിഷ്ണുമംഗലം) വീട്ടിൽ പോകാറുണ്ട്. മിക്കപ്പോഴും ഞായറാഴ്ചകളിൽ. വർഷങ്ങളായുള്ള ശീലമാണ്. കവിത കേൾക്കാനും വായിക്കാനുമാണ് ആ ഇടം. ദിവാകരേട്ടൻ എഴുതിയ കവിതകൾക്കും ഡയറിക്കുറിപ്പുകൾക്കും ഇടയിൽ വാരികകളിലെ പുതുകവിതകളോട് ഞങ്ങൾ സ്നേഹിക്കുകയും കലഹിക്കുകയും ചെയ്തു. ചായയോടൊപ്പം പുതിയതും പഴയതുമായ കവിതകളെ വായിച്ചു പഠിക്കാനുള്ള ഒരിടം ഉണ്ടായി. പലപ്പോഴും കൂടെ, പ്രിയസുഹൃത്ത് പ്രകാശൻ മടിക്കൈയും ഉണ്ടാവാറുണ്ട്. കവിതയുടെ പേരിടൽ കർമ്മം മുതൽ മതം മാറ്റംവരെ നടന്നു. ഞങ്ങളുടെ ഒച്ച കൂടിക്കൂടിവരികെ വീടിന്റെ രണ്ടാം നിലയിലേക്ക് ചേക്കേറി. പുസ്തകങ്ങളുടെ നോട്ടം ഞങ്ങളിലേക്കായി. ഓരോ പുസ്തകവും തന്റെ വർത്തമാനം പറയാൻ തുടങ്ങിയതിനെ ഞങ്ങൾ കത്രിച്ച് ഞങ്ങളുടെ വർത്തമാനത്തോട് ചേർത്തുവെച്ചു. 2013-ലെ ഉത്തരാഖണ്ഡ് പ്രളയകാലത്താണ്, 1961ൽ പി. കുഞ്ഞിരാമൻ നായർ എഴുതിയ ഹരിദ്വാര ഗംഗയിൽ വീണ്ടും വായിച്ചത്. ദാ, ഇപ്പോൾ എഴുതിത്തീർന്നതേയുള്ളൂ ആ കവിത എന്ന് അപ്പോൾ പറയുകയുണ്ടായി കുഞ്ഞിരാമൻ നായർ. തെയ്യത്തറയിലിരുന്ന് തോറ്റം പാട്ടിൽ കടാങ്കോട്ടുമാക്കത്തെ കാണെ കുട്ടമത്ത് വന്ന് കണ്ണിറുക്കി പറഞ്ഞു. അവനവന്റെ വഴി കൂടിയാണ് എഴുത്ത്. ഞാൻ വഴിമാറിപ്പോകട്ടെ എന്ന്. മലയാളത്തിന് ശ്രേഷ്ഠഭാഷാ പദവി കിട്ടിയപ്പോൾ കാസർകോടൻ അതിർത്തിയിൽ നിന്ന് ഉബൈദ് മാഷുടെ വിങ്ങൽ കേട്ടു. ഭാഷ ഒരു

സംസ്കാരം കൂടിയാണെന്നായിരുന്നു ആ വിങ്ങലിന്റെ മലയാളം. കാലത്തെ ജീവിതം കൊണ്ട് മറികടക്കൂ എന്ന് ടി.എസ് തിരുമുമ്പ് പറഞ്ഞുകൊണ്ടിരുന്നു. സ്നേഹിച്ചും സംശയിച്ചും ഞങ്ങൾ മുഖത്തോട് മുഖംനോക്കി. ഞങ്ങളുടെ അസംഖ്യം കണ്ണുകളും ചെവികളും തർക്കിച്ചുകൊണ്ടേയിരുന്നു. മനസ്സ്, ബുദ്ധി, ജീവൻ എല്ലാം ഒരൊറ്റ സ്പർശംകൊണ്ട് മാറുമെന്നാണോ? എന്നൊക്കെ എനിക്ക് തോന്നിത്തുടങ്ങി. പ്രകൃതിയോടും മനുഷ്യനോടും ചേർന്നുനിന്ന് ഓർമ്മകളും മിണ്ടാൻ തുടങ്ങി. ആ തോന്നലുകളിൽ തർക്കങ്ങളിൽ ഉണ്ടായവയാണ് ഇതിലെ പല കുറിപ്പുകളും. അതുകൊണ്ടുതന്നെ ആ വീടിനോടാണ് ഈ പുസ്തകത്തിന് കടപ്പാട്. കവിത മറ്റൊരു ഭാഷയാണ്; മറ്റൊരു മണമാണ് എന്ന് ഓർമ്മിപ്പിച്ചതിന്.

ബിജു കാഞ്ഞങ്ങാട്

ഉള്ളടക്കം

ഹരിദ്വാരഗംഗയിൽ (1961 – 2013)

ഒരു യാത്രാവിവരണത്തിന്റെ ദൃശ്യഭംഗി കൊണ്ടും അനുഭവ തീക്ഷ്ണത കൊണ്ടും ഭാരതത്തിന്റെ ആദർശദീപ്തമായ സംസ്കാരം തിരികെടാതെ കാത്തുസൂക്ഷിക്കാൻ ആഹ്വാനം ചെയ്യുന്ന ഒരു കവിത മഹാകവി പി. എഴുതിയിട്ടുണ്ട്- 'ഹരിദ്വാരഗംഗയിൽ' (1961).

മൂട്ടയരിക്കുന്ന ഹോട്ടൽമുറിയിൽ ഉറക്കമില്ലാതെ സായ്പ് കറുത്ത ശിഷ്യനെയേൽപ്പിച്ച ഷാപ്പിലെ ജോലിയാൽ കൈമെയ് തളർന്നിരിക്കെ ഗംഗാതടത്തിലെ പുണ്യപ്രഭാതത്തോട് എന്റെ കരൾത്തട്ടിലെ ചലച്ചിത്രശാലയിൽ വീണ്ടും നീ ഉയരുന്നതെന്തിനാണ് എന്ന ചോദ്യവുമായാണ് കവിതയുടെ തുടക്കം. ഒരു യാത്രികന്റെ മാനസികാവസ്ഥയെ ചേർത്തുവെച്ച ഒരു യാത്ര. സ്വാതന്ത്ര്യം നേടിയിട്ടും വിടുതൽ നേടിയിട്ടില്ലാത്ത ഒരു ഇന്ത്യാക്കാരന്റെ അനുഭവതലം. ഭാരത സംസ്കാരത്തിന്റെ പവിത്രസന്ദേശം വിളംബരം ചെയ്യുന്ന ഹിമാലയസാനുത്തടത്തിലാണ് ഹോട്ടലും സായിപ്പും ഷാപ്പും എന്നറിയുമ്പോഴാണ് കവിയുടെ ഉറക്കമില്ലായ്മയുടെ ആഴം വെളിപ്പെടുക. അപ്പോഴും കവി തിരയുന്നത് കരൾത്തട്ടിൽ ഒരു ചലച്ചിത്രശാലയിലെന്നപോലെ (flash back) ചെളിയും താമരപ്പൂവും ഒക്കെയാണ്. കാഴ്ചയുടെ ദൃശ്യവിതാനമാണ് തുടർന്നുള്ള വരികൾ. ചെളിയും താമരപ്പൂവും എന്ന 'വിരുദ്ധ ബിംബങ്ങൾ' പല തലങ്ങളിലായി കവിയുടെ രചനകളിൽ വന്നു ചേർന്നിട്ടുണ്ട്. തന്റെ ജീവിതം തന്നെ പ്രണയപാപമായി കൊണ്ടാടുകയായിരുന്നല്ലോ പി.

ഇവിടെ ഭാരതീയ സംസ്കാരത്തിന്റെ ചുവടുപിടിച്ച് സഞ്ചരിക്കുന്ന ഈ ദൃശ്യത്തിന് സവിശേഷ പ്രാധാന്യമുണ്ട്. ഭാരതീയ

സംസ്കാരത്തിന്റെ വ്യതിരിക്ത ചിഹ്നമാണ് താമര. അറിവിലൂടെ പൂർണ്ണതയെ പ്രാപിക്കുന്നത് സഹസ്രാരപത്മരൂപകത്തിലൂടെ ഋഷിമാർ മുമ്പേ അവതരിപ്പിച്ചിട്ടുണ്ടല്ലോ. ആ പാരമ്പര്യത്തിന്റെ തുടർച്ചയിലും വിടർച്ചയിലുമാണ് കവിതയും. വ്യക്തിപ്രേമ (ചെളി)ത്തിനപ്പുറമുള്ള വിശ്വപ്രേമ (താമര)ത്തിലേക്കാണ് ഈ സഞ്ചാരവും. ഹൃദയം കൊണ്ടാണ് ഇതറിയുക തന്നെ. ബുദ്ധികൊണ്ടല്ല. കവിഭാഷയിൽ ഹൃദയത്തെ പ്രതിഷ്ഠിച്ചത് ഹൃദയപത്മം എന്ന സമസ്തപദം കൊണ്ടാണ്. മെയ്യഴകേറുന്ന ഉഷകന്യകയുടെ വലം കൈയിൽ ചുഴറ്റി നിൽക്കുന്ന നവ്യനളിനം അറിവല്ലാതെ മറ്റെന്താണ്? നല്ല ഹൈമവതഭൂവിലെ വിഭാതവേളയിൽ കുമാരനാശാൻ 'നളിനി'യെ 'ഒരു സ്നേഹം' എന്നു കൂടി വിളിച്ചിട്ടുണ്ട്. ശ്രീബുദ്ധൻ താമരയും ചുഴറ്റിക്കൊണ്ട് ശിഷ്യന്മാർക്കിടയിൽ നടന്നുപോയപ്പോൾ മഹാകാശ്യപൻ എന്ന ശിഷ്യൻ മാത്രം മന്ദഹസിച്ചു. അപ്പോൾ ബുദ്ധന്റെ കൈയ്യിലിരുന്ന് ആ താമര പൂർണ്ണമായും വിരിഞ്ഞു. മഹാകാശ്യപന് ബോധോദയം ലഭിച്ചു! വാക്കുകൾ കൊണ്ട് പ്രതിഫലിപ്പിക്കുവാൻ കഴിയാത്ത ഒരു യാഥാർത്ഥ്യം മറ്റൊരു ഭാഷയിൽ വിടരുകയായിരുന്നു. ഉത്തരമഥുരാപുരിയിലെ മഞ്ജുളാംഗിയുടെ കരവല്ലിയാൽ ചുഴറ്റിടുന്ന മലർച്ചെണ്ട് കുമാരനാശാനും കുതുകമാർന്നിരുന്നു.

ഗതിയെന്തു ജന്തുക്കൾക്ക് - രതിരോഷമോഹങ്ങളാൽ
ജിതലോകമാ മവിദ്യ ജയിച്ചീടുന്നു

എന്നാണ് അദ്ദേഹം പറയുന്നത്.

വലംകൈയ്യിൽ ചുഴലുന്ന നവ്യനളിന (അജന്തയിലെ!) ദൃശ്യത്തിൽ നിന്നും മന്ദാകിനിയുടെ ഒഴുക്കും അതിന്റെ വിശദീകരണവും അവിടെയുള്ള നേരംപോക്കും ദേവദാരുച്ചോട്ടിലൂടെയുള്ള നടത്തവും ദാഹിച്ച പുള്ളിമാൻ കൂട്ടത്തിന് നിത്യവും ദാഹജലം നൽകുന്ന ആശ്രമവാടികൾ (അഭിജ്ഞാന ശാകുന്തളം!) ഉൾക്കൊള്ളുന്ന ഋഷികേശമാർഗ്ഗവും എല്ലാം സഞ്ചാരസാഹിത്യത്തിന്റെ മേഘപടലങ്ങളിലാണ് സഞ്ചരിക്കുന്നത്. മേഘരൂപൻ എന്ന പേര് കാളിദാസനോടൊപ്പം തന്നെ കുഞ്ഞിരാമൻ നായർക്കും കൈരളി നൽകിയിട്ടുണ്ട്. സിനിമയിലെ വിദൂരദൃശ്യത്തിന് (long shot) സമാനമാണ് ഈ വിവരങ്ങളെല്ലാം. മുകളിൽ നിന്നും താഴേക്കും താഴേ നിന്ന് മുകളിലേക്കും നീങ്ങുന്ന വീക്ഷണകോണുകൾ ചലച്ചിത്രങ്ങളിലേതു പോലെത്തന്നെ തിരക്കവിതയാക്കിത്തീർത്തിട്ടുണ്ട് കവിതയെ.

സിനിമ കുഞ്ഞിരാമൻ നായരെ ഏറെ പ്രലോഭിപ്പിച്ചിട്ടുമുണ്ട്.

പകൽ മുഴുവൻ കിടന്നുറങ്ങി സിനിമയ്ക്കു വേണ്ടി ഉഴിഞ്ഞുവെച്ച കറുത്ത രാത്രികൾ, കറുത്ത പൂക്കളായിരുന്നു കവിക്ക്. വെളുത്ത പൂക്കൾ, വാടാത്ത പൂക്കൾ എന്ന് കവിയുടെ കാല്പാടുകളിൽ. ഗംഗ പോലെ ആ സ്മരണ മനസ്സ് പാവനമാക്കുന്നു എന്നുകൂടി പറയുമ്പോഴാണ് സിനിമാദൃശ്യങ്ങളുടെ തുടർച്ച കവിതയിലേക്ക് പടരുന്നത് നാമറിയുന്നത്. ആർഷ പാരമ്പര്യ ആരണ്യകസാഹിത്യങ്ങൾ ഇവൾ (ഗംഗ) പണ്ടേ പാടിയിട്ടുണ്ട്. ഭാരത സംസ്കാരമാണ് ഇതിന്റെ ധാര. കാളിദാസ സാഹിത്യത്തോട് ആ ഭാവനാമേഘജാലങ്ങളോട് സാത്മ്യം പ്രാപിക്കുകയാണ് കവി. നദി കടലിൽ ചേരുന്നതു പോലെ. ഈ അലമാലയിൽ നീന്തുകയാണ് ഭാരതീയ കവികളുടെ ജീവൽ പ്രാണൻ. ഭാരതീയ സംസ്കാരത്തിന്റെ പവിത്ര സന്ദേശം വിളംബരം ചെയ്യുന്ന ഹിമാലയസാനുക്കളും കാളിദാസന്റെ കിനാവിൽ സംഗീതധാരയായി ഒഴുകിയ ഗംഗയും ഭാരതീയ കവികളും പ്രാണവായുവായി ഈ കവിയെ തൊട്ടുതലോടി നിൽക്കുന്നു!

ദൂരെ കാണുന്ന പരിപാവനമായ ഹിമാലയച്ചാർത്തുകൾ. അതിനപ്പുറത്തേക്ക് സഞ്ചരിക്കുന്ന ആത്മാന്വേഷണങ്ങൾ. ഭാവനാദൃഷ്ടിയിൽ മാത്രം കാണാവുന്ന ഭാരതാദർശ കമനീയ ഗോപുരങ്ങൾ! എല്ലാ ചരാചരങ്ങളേയും സേവിക്കുക/സ്നേഹിക്കുകയെന്ന യജ്ഞത്തിൽ ഭൂമിയിൽ എത്തിയിരിക്കുകയാണ് അറിവിന്റെ ഈ ഗാനധാര. മനുഷ്യനെ തന്റെ അഭയസ്ഥാനത്തിലേക്ക്/വിശ്രമസ്ഥാനത്തിലേക്ക് എത്തിക്കുന്ന ഗുഹാകവാടമായിത്തീരുകയാണ് ഈ സത്യാന്വേഷണ/സ്വത്വാന്വേഷണ തീർത്ഥയാത്രകൾ. ലൗകികമായ എല്ലാം ത്യജിക്കുന്ന ദിവസത്തിന്റെ ഈശനായ സൂര്യൻ മഞ്ഞിൻ പുതപ്പ് മടക്കുന്ന മനോഹരമായ ഇമേജ് ഈ കവിതയുടെ മർമ്മത്തെ കാണിക്കുന്നതു തന്നെ. ഉത്തമ തീർത്ഥത്തിൽ (ഗംഗ/ജ്ഞാനതീർത്ഥം) നീരാടി ആ മാതൃസ്നേഹത്തിന്റെ കുളിർമ്മ ആദ്യമറിഞ്ഞ് വാനത്ത് നക്ഷത്രരാജിയും (വഴികാട്ടിയായി?) ഗംഗയിൽ ദീപസഹസ്രവും മിന്നുന്നൊരന്തിയിൽ പുണ്യഹരിദ്വാര ഗംഗയോട് വിടവാങ്ങി 'കോച്ചിൽ' കയറിയിരിക്കയാണ് കവി. കാഴ്ചയുടെ ഈ ക്യാമറക്കണ്ണ് ഞൊടിനേരംകൊണ്ട് ഉ്വാന്തരീക്ഷം തീർക്കുന്നു.

ആകാശത്തിലെ നക്ഷത്രങ്ങളായി മീനുകളും ഭൂമിയിലെ മീനുകളായി നക്ഷത്രങ്ങളും വിഹരിക്കുന്ന ആകാശഗംഗയിൽ നിന്നാണ് ഈ മന്ദാകിനി (ഗംഗ) യും വരുന്നത്. താരാപഥത്തിലെ മീനുകളായി താരകങ്ങൾ ഗാനത്തിലുള്ളോരു താളംപോലെ

നിലകൊള്ളുകയാണ്. മീനെന്നാൽ നക്ഷത്രത്തിന്റെയും മറു പേരാണ്. വാൻഗോഗിന്റെ Starry Night (1899) എന്ന ചിത്രത്തിലെ സംഗീതം പോലെ ദസറ ആഘോഷവേളയിൽ ചാമുണ്ഡി ഹിൽസിനു മുകളിലൂടെയുള്ള (മൈസൂർ) രാത്രിയാത്രപോലെ നക്ഷത്രാങ്കിത ആകാശം വീണുകിടക്കുന്ന കാഴ്ചയുടെ മറ്റൊര നുഭവം.

'കോച്ചിൽക്കയറിനേൻ' എന്നാണ് കവി പറയുന്നത്. തപാലാപ്പീസിനെ 'പോസ്റ്റ് ഓഫീസ്' എന്നു പറഞ്ഞതിന് കണക്കിന് അടികിട്ടിയ അനുഭവം പി.യുടെ മകൻ രവീന്ദ്രൻ നായർ തന്റെ ഓർമ്മക്കുറിപ്പിൽ പറയുന്നുണ്ട്. ഇംഗ്ലീഷ് ഭാഷയോടുള്ള വിരോധമല്ല മലയാളവാക്കുള്ളേടത്ത് പരമാവധി അതുപയോഗിക്കുക എന്നതായിരുന്നു കവിമതം. പകരം വെക്കാൻ മറ്റൊരു വാക്കില്ലാത്ത അനുഭവം കവിയും അറിഞ്ഞിരിക്കണം. പുറത്തുള്ള ജനസഞ്ചയത്തിന്റെ ദൃശ്യമാണ് തുടർന്ന്. നാഗരീകതയുടെ വെള്ളിവെളിച്ചത്തിൽ പുരാതന സംസ്കാര സാന്ധ്യസൗന്ദര്യം അസ്തമിച്ചതായി കവി അറിയുന്നു. അപ്പോഴേക്കും കീറിപ്പറഞ്ഞ ഉടുപ്പുമായി ഒരന്ധഗായകൻ കോച്ചിൽ കയറുന്നു. ക്രമേണ ഒന്നും ഓർക്കാതാവുകയാണ്. ആ നീർകൊണ്ട മാരിമേഘം ഗാനവൃഷ്ടി ചൊരിയവെ മനസ്സിന്റെ മരുഭൂവിൽ ഒട്ടേറെ സൗരവം പാകുന്ന പൂവനം പൊട്ടിമുളക്കുകയായി! വരണ്ട മനസ്സിന്റെ മരുഭൂമിയിലാണ് ഈ മേഘവൃഷ്ടി. നിങ്ങൾ മരുഭൂമികൾ പൂക്കുന്നത് കണ്ടിട്ടുണ്ടോ എന്ന് ബഷീർ ചോദിക്കുന്നത് 1995 ലാണ്. സൂഫിയായി അലഞ്ഞുതിരിയവെ 1945ന് മുമ്പായിരിക്കണം ആ അനുഭവം ബഷീറിനുണ്ടാവുന്നത്. ഉന്മാദത്തിന്റെ ഒരു സഞ്ചാരം കൂടിയായിരുന്നു അത്. യഥാർത്ഥ മരുഭൂമിയിൽ അലഞ്ഞിട്ടുള്ള ഒരു ഉന്മാദാനുഭവം. സ്വപ്നത്തിനും യാഥാർത്ഥ്യത്തിനുമിടയ്ക്കുള്ള ഈ അനുഭവത്തിൽ സൂർദാസും കബീറും തുളസിയും മീരയും ആ അന്ധഗായകനെ പുൽകി നിൽക്കുന്നത് കവി കാണുന്നു! പുത്തനിടികളും മിന്നലും വർഷവും യാത്രിക ഹൃദയത്തിൽ കിളിർക്കുന്ന ആ രാത്രിയിൽ അറിവിന്റെ വെള്ളിവെളിച്ചം ആത്മാവിന്റെ ഭാഷയെ കാണിച്ചുതരികയാണ്. എല്ലാവരേയും ഒരൊറ്റ ചരടിൽ കോർക്കുന്ന ആ ഭാഷയിൽ മറ്റെല്ലാ ഭാഷകളും വിസ്മൃതമായിപ്പോവുന്നു. കണ്ണിന് കാണാൻ കഴിയാത്തതും കണ്ണിന് കാഴ്ച നൽകുന്നതുമായ ആ അറിവിലേക്കാണ്, ഉപനിഷദ്മതത്തിലേക്കാണ് കവിയുടെ സഞ്ചാരം.

യഥാർത്ഥ അറിവിന്റെ ആ മഹസ്സിന് ഗാനശകലങ്ങളെ

നേദിക്കുകയാണ് കവി. കാഴ്ചയില്ലാത്ത (!) യുവാവിന് മുന്നിൽ ഉൾക്കാഴ്ചയുടെ പുതിയ വെളിച്ചമായി നിൽക്കുന്നൂ കവി. കാഴ്ചയുടെ അസ്തിത്വത്തെത്തന്നെ ചോദ്യം ചെയ്യുന്ന അനുഭവം. വേഷം മാറിവന്ന ആ സൂർദാസിനുമുന്നിൽ തന്നെയർപ്പിച്ചു നിൽക്കവേ പൊട്ടിയൊഴുകുകയാണ് ഹൃദയഹിമാദ്രിതൻ ഉത്തുംഗകാഞ്ചനശൃംഗം കണ്ണീർധാരയായി! ഗംഗ തന്നെ ഭൂമിയിലവതരിച്ചത് ഈ കാര്യം പറയാനെന്നാണ് 'ഗംഗ' എന്ന കവിതയിൽ (1934). സത്യത്തിന്റെ നിർമ്മലസന്ദേശമായും കൃഷിനാടൻ സംസ്കാരപ്രവാഹമായും ധർമ്മത്തിന്റെ വിങ്ങലായും പ്രേമത്തിന്റെ ഹൃദയം പിളരലായും അത് വ്യത്യസ്ത ഭാഷയിൽ കടന്നുവരുന്നു. ഉറവ വറ്റാത്ത ജീവിത സന്ദേശമാണത്. ഏറിയ കാലം തപം ചെയ്തുണർന്ന ആത്മാവിന്റെ ഏകത്വബോധത്തിന്റെ മധുരസംഗീതം കേൾപ്പിക്കാനായിട്ടാണ് അവൾ ഉയർന്ന ദിക്കിൽ നിന്നും ഇറങ്ങിവരുന്നത് എന്ന് പറയുമ്പോൾ ഈ ആത്മാവിന്റെ വ്യത്യസ്ത ഭാഷാനുഭവമാണ് നാമനുഭവിക്കുന്നത്. സ്വർഗ്ഗ സൗന്ദര്യം വഴിയുന്ന ആ ഒഴുക്കിൽ മനുഷ്യനുപേക്ഷിച്ച ആ സാംസ്കാരിക ഭൂമികയെ കൈകോർത്തു നിൽക്കുന്നൂ കവി.

ഇന്നേവരെയായിട്ടുണ്ടായതില്ലല്ലോ നിൻ
സംഗീതമൊഴുക്കലിന്നൊട്ടൊരു കുറവും ഹാ!
ഇന്ത്യ തൻ മുക്തിക്കുള്ള തീർത്ഥമിങ്ങിത്തണ്ണീർ താൻ
ഒന്നുയിർത്തെഴുന്നേൽക്കാനമൃതമീ സന്ദേശം

എന്ന് 'ഗംഗ'യിൽ (1934) എഴുതിയ കവി 'ഗംഗയലകളുടെ പാട്ടാ'യും (1977) ഇക്കാര്യം പറഞ്ഞുവെച്ചിട്ടുണ്ട്. ഇന്ന്, ഉത്തരാഖണ്ഡ് പ്രളയക്കെടുതിയിൽ മനുഷ്യൻ പ്രതിസ്ഥാനത്ത് നിൽക്കുമ്പോൾ അശാസ്ത്രീയമായി നിർമ്മിച്ച കെട്ടിടസൗധങ്ങളെല്ലാം ഒലിച്ചൊഴുകുമ്പോൾ പൗരാണികകാലം മുതൽക്കേ ഊട്ടിയുറപ്പിച്ച മൂല്യങ്ങളുടേയും ആദർശങ്ങളുടേയും ലോകത്ത്നിന്നും അവൻ അകന്നുപോയ്ക്കൊണ്ടിരിക്കുന്നതുകണ്ട് ദുഃഖിക്കുന്ന കവിയാണ് മുന്നിൽ. ആത്മീയതയെ കച്ചവടമാക്കുന്ന നഗരവൽക്കരണത്തിന്റെ ഉപോല്പന്നമാവുന്ന പുതിയ കാലത്തെ കാണിച്ചുതരികയാണ് പി. ടൂറിസ്റ്റ് മദ്യശാലയിലെ ചാക്കണപ്പണിയിൽ കൈതളരുന്ന ഹിമാലയൻ പച്ചമനുഷ്യനും മെയ് തളരുന്ന പെണ്ണും കുത്തിയൊഴുകിപ്പോയതിന്റെ കണക്കെടുത്തത് ഗംഗാമാതാവുമാത്രമാണ്. അധികാരിവർഗ്ഗത്തിന്റെ പരിരക്ഷാ പരിശ്രമങ്ങളുടെ പുറംമോടികളുടെ പരിധിക്ക് പുറത്താണവർ. യാചകനായ അന്ധഗായകനിലൂടെ ഏത് മനുഷ്യാത്മാവിന്റേയും സചേതനഭാഷ ഒന്നാണെന്ന് കാണിച്ചുതരികയായിരുന്നു കവി. സ്നേഹത്തിന്റെ ഭാഷയാണത്.

സി.പി.സത്രത്തിലല്ലെങ്കിൽ എവിടേയും രേഖപ്പെടുത്താതെ പോവുമായിരുന്ന ഒരു കവിയുടെ യാത്രാന്ത്യം ഏത് ഹരിദ്വാര ഗംഗയിലും ആവാം എന്നേ പറയേണ്ടതുള്ളൂ. അതുകൊണ്ടുതന്നെ ഈ യാത്രികൻ ഭാരതം കാത്തുവച്ച ആദർശദീപ്തമായ സംസ്കാരത്തിന്റെ തിരികെടാതെ സൂക്ഷിക്കാൻ ഇന്നും സഞ്ചരിച്ചുകൊണ്ടേയിരിക്കുന്നു.

■

മുമ്പേ പറയുന്ന തിരുമുമ്പ്

ടി.എസ്.തിരുമുമ്പ് എന്ന പേര് വിടർത്തിയാൽ തായക്കാട്ട് സുബ്രഹ്മ'ണ്യൻ തിരുമുമ്പ് എന്നാവും വരിക. തിരുമുമ്പിലെ ആദ്യപാദത്തിൽ 'തിരു'വും രണ്ടാംപാദത്തിൽ 'മുമ്പും'. തിരിയുന്ന എന്നുകൂടി അർത്ഥമുള്ള 'തിരു' ശബ്ദത്തിന് മുന്നിലായി ത്തന്നെ 'മുമ്പ്' കടന്നുവരിക വഴി കാലത്തിനു മുൻപേ സഞ്ചരിക്കുന്ന ഏതൊരു കവിജന്മത്തിന്റേയും സാർത്ഥകതകൂടി ഓർമ്മിപ്പിക്കുന്നുണ്ട് ആപേര്. തിരുമുമ്പിലെ തിരു ശബ്ദത്തിൽ Turn എന്ന ആംഗല ശബ്ദവും തിരിയുന്നത് കാണാം. ആധുനികനും പാരമ്പര്യവാദിയും ചേർന്നുനിൽക്കുന്ന ടി.എസ്.തിരുമുമ്പ് കാലത്തെ മുൻനിർത്തി എഴുതിയ കവിതയാണ് വികാസം (1947) എന്ന കവിതാ സമാഹാരത്തിലെ കാലം.

കാലത്തെ മഹാനദിയായും അതിന്റെ തിരകളിൽ മുങ്ങിയും നിവർന്നും കണ്ടും കാണാതേയും എങ്ങോട്ടെന്നില്ലാതെ ഒഴുകിക്കൊണ്ടിരിക്കുകയാണ് സ്ഥാവരജംഗമങ്ങളൊക്കെയും എന്ന് കവിതയുടെ തുടക്കത്തിൽത്തന്നെ പറഞ്ഞുവെക്കുന്നുണ്ട് തിരുമുമ്പ്. ഈ കവിതയിലുടനീളം ചലനത്തിന്റെ ഗതിയിലൂടെയാണ് കാലത്തെ കാട്ടുന്നത്. ചെറുതിൽവെച്ച് ഏറ്റം ചെറുതും വലുതിൽവെച്ച് അത്യന്തം വലുതുമായ ഈ കാലസ്വരൂപത്തെ സൂക്ഷ്മതയോടെ ചിത്രീകരിക്കുവാൻ കവിക്കായിട്ടുണ്ട്. അനാദി, അനന്തം, വിശാലം, അത്യഗാധം, ഭാവനാതീതം, ദുർഗ്രഹം, ദുരാസദം, വർത്തുളം തുടങ്ങിയ പദങ്ങളിലൂടെ കാലത്തിന്റെ വലുപ്പത്തെ അടയാളപ്പെടുത്തുമ്പോൾത്തന്നെ 'പലേ കോലും കൊള്ളിയും പോലെ' എന്ന ഒരൊറ്റ പ്രയോഗം കൊണ്ട് അതിലെ എളിയ ജീവിതത്തെ പകർത്താൻ കവിക്കായിട്ടുണ്ട്. വടക്കൻ

കേരളത്തിന്റെ ഈ ഉരിയാട്ടം ജീവിതത്തിന്റെ കവിത തെറിക്കുന്ന/ കവിതയുടെ ജീവിതം തെറിക്കുന്ന ഒരു പ്രയോഗം തന്നെയായിട്ടുണ്ട്.

പദാർത്ഥങ്ങളുടെ പരിണാമത്തിൽക്കൂടിയും ചലനത്തിൽക്കൂടിയും അറിഞ്ഞുവരുന്ന കാലം തിരുമുമ്പിന് മുന്നിൽ പക്ഷികൾ പോലെ/ആക്രോശം ചെയ്തങ്ങോട്ടുമിങ്ങോട്ടും പാറിപ്പാറി/ വിക്രോധം മാറിമാറി നിർബാധം കളിക്കുന്നു! ഇന്നലെകണ്ടതിന്നേക്കില്ലെന്നും നാളേക്കിന്നമട്ടെന്ന് പറയാനാവില്ലെന്നതും, അരചന് ഒറ്റനാൾകൊണ്ട് മാറാപ്പും ചിരട്ടയും പേറേണ്ടതായി വന്നേക്കുന്നതും, ചന്ദ്രകാന്തക്കൽമേടതന്മേൽ തൂവെണ്ണിലാവേറ്റ് സുഖിച്ചോൻ ചിതമേലേറുന്നതും, മന്ദഹാസത്തേനൊഴുകിയ മുഖം കണ്ണുനീരാൽ കെടുനീലച്ചാലുപണിയുന്നതും ഒക്കെയായി പദാർത്ഥങ്ങളുടെ ദേശമാറ്റങ്ങളിലൂടെ കാലത്തിന് ഭൂതവർത്തമാന ഭാവി ചാർത്തുകയാണ് കവി. ചലനത്തെ ദേശമാറ്റത്തിനപ്പുറം അനുഭവമാറ്റത്തിലേക്കെത്തിക്കുന്നതുകൊണ്ടാണ് 'തലനരയ്ക്കുവതല്ലെന്റെ വൃദ്ധത്വം (എന്റെ യുവത്വം) എന്ന് നേരത്തേ കവിക്ക് എഴുതാനായതും.

ഒട്ടുമുമ്പതിമധുരങ്ങളാം പദാർത്ഥങ്ങൾ പെട്ടെന്നും തിക്തരസപൂർണ്ണമായി മാറുന്നതും ഈ കവിതയിൽ കവി പറഞ്ഞുവെക്കുന്നുണ്ട്. കാലശക്തി വസ്തുവിൽ വ്യാപിച്ചിട്ടുള്ളതിന്റെ തെളിവുതന്നെയാണ് ഈ ദൃശ്യങ്ങളൊക്കെത്തന്നെ.

ഉറ്റമൈത്രിയാം കുന്നും, കാലമേ, നിനക്കിടി–
ച്ചൊറ്റ നാഴിക വേണ്ടേ രുധിരപ്പുഴ വെട്ടാൻ!

എന്ന് 1947 ൽ കവി എഴുതുമ്പോൾ പ്രഥമദൃഷ്ടിയിൽ ചലനപരിണാമങ്ങളില്ലാത്തവയെന്ന് തോന്നിപ്പിക്കുന്ന കുന്നിനെപ്പോലും കാലവ്യാപ്തിയിലൂടെ കാണിച്ചുതരുവാൻ ടി.എസ്.തിരുമുമ്പിനാവുന്നുണ്ട്. അമേരിക്കക്കാരൻ ബെൻജമാൻ ഹോൾട്ട് 1904 ൽ കണ്ടുപിടിച്ചു എന്നു പറയപ്പെടുന്ന ബുൾഡോസറിന്റെ ഇടപെടൽ അത്ര സജീവമല്ലാത്ത 47കളിൽ മന്ദമായുള്ള കുന്നിന്റെ മരണമല്ല ഇടിച്ചൊറ്റനാഴിക വേണ്ടാത്ത യന്ത്രഭ്രാന്തിന്റെ ചലനവേഗതയാണ് കാലവ്യാപ്തീവേഗതയേറ്റുന്നത് എന്നുപറയാൻ കേരളത്തിന്റെ ഇങ്ങേയറ്റത്തെ ടി.എസ്.തിരുമുമ്പിനായിട്ടുണ്ട് കുന്നിടിക്കുന്ന യന്ത്രങ്ങൾ കവിതയിൽ സജീവമായ ഇക്കാലത്തല്ല ഈ കവിത യുണ്ടായതെന്ന് പ്രത്യേകം ഓർമ്മിക്കേണ്ടിയിരിക്കുന്നു.

ഈ ദൃശ്യവെളിച്ചത്തിന്റെ ചലനം സ്ഥലമായി കവിതയിൽ

തെളിയുമ്പോൾ അനുഭവത്തിന്റെ ചലനത്തെ കർമ്മമാക്കിമാറ്റുകയാണ് കവി ചെയ്യുന്നത്. കാലത്തിന്റെ ദീപ്തിതെളിയുന്നതും അതിലാണെന്ന് കവി പറഞ്ഞുവെക്കുന്നുണ്ട്. വസ്തുക്കളെ കൂട്ടിയോജിപ്പിക്കുകയും വേർപിരിക്കുകയും ചെയ്യുന്ന കർമ്മത്തിന്റെ സ്ഥൂലസ്വരൂപത്തിനപ്പുറത്തുള്ള കാലസ്വരൂപത്തിന്റെ 'ആ ഏതോ ചലനശക്തി'യാണിതെന്ന് കാണിച്ചുതരുവാനും ടി.എസ്.തിരുമുമ്പിനാവുന്നുണ്ട്. 'പണ്ട് സുഖമെന്നോർത്തത് ഇന്ന് ലഭിച്ചപ്പോൾ ഒക്കെയും അസുഖമായത്' ഏതൊരു ശക്തി സാന്നിധ്യംകാരണമായിട്ടാണോ വസ്തുക്കൾക്ക് പരിണാമമുണ്ടായത് ആ 'കാല'ത്തെയാണ് കാട്ടിത്തരുന്നത്. 'മിഥ്യാ ഭ്രമമാണിതു, മടങ്ങുവിൻ!' എന്നാണ് കവി പറയുന്നത്.

കാലത്തിന്റെ അളവുകോലായി 'പരിണാമഗതി' മാറുന്നത് എത്രമാത്രം ശ്രദ്ധേയമായിട്ടാണ് തിരുമുമ്പ് എഴുതിയതെന്ന് നോക്കുക.

കാലമാം ചെടിയിലെ പൊൽപൂക്കൾ ചെന്നറുത്തു
മാലകൾ കോർത്തു നേരമൊട്ടുചെല്ലുമ്പോൾ താനേ
പാവന പരിമള സൗഭഗങ്ങളും മങ്ങി-
ക്കേവലമവ കെട്ടുനാറുവാൻ തുടങ്ങുന്നു!

കാലത്തെ നമുക്കറിയാനും അനുഭവിക്കാനും കഴിയുന്നത് ചലന, പരിണാമങ്ങളിൽക്കൂടിയാണെന്ന് വീണ്ടും വീണ്ടും പറഞ്ഞുവെക്കുന്നൂ കവി. (ഈ കാലമാറ്റം തന്നെയാണ് ശരീരത്തിനകത്താവുമ്പോൾ ജീവനെന്നും പുറത്താവുമ്പോൾ കാലമെന്നും പറഞ്ഞുവെക്കുന്നത്.) ഇത് സുഖം, ഇത് ദുഃഖം എന്ന തോന്നലെല്ലാം അജ്ഞമായ ചിത്തത്തിന്റെ നിഴൽ മാത്രമാണെന്നും കാലത്തെ പഴിക്കാതെ വിധിയെ പഴിക്കാതെ വേല ചെയ്യുവിൻ സത്യ പ്രകാശം കണ്ടെത്തുവാൻ എന്ന് പറയുന്നതിലൂടെ കർമ്മസിദ്ധാന്തത്തിന്റെ തേരാളിയാവുകയാണ് തിരുമുമ്പ്. കർമ്മം കൊണ്ടാണ് ജനിക്കുന്നതും ജീവിക്കുന്നതും എന്ന് തിരിച്ചറിയുമ്പോഴേക്കും കവിതയിലെ കാലഗതി പൂർണ്ണമാവുന്നു. ഇന്റർനെറ്റുകളുടെ പുതുകാലം ലോകം മുഴുവൻ വലകൾ നെയ്തിടുമ്പോൾ ആഗോളവൽക്കരണവും സാമ്രാജിത്വവും വലകളായ് നമ്മെ വന്ന് മൂടുമ്പോൾ തിരുമുമ്പ് കാലങ്ങൾക്കുമുമ്പേ ആ വഴികൾ സഞ്ചരിച്ചിരിക്കുന്നു!

ബലവത്തരങ്ങളായ് കാലമാമൂർണ്ണനാഭി
വലകൾ പലേടത്തുമപ്പപ്പോൾ നെയ്തീടുമ്പോൾ,

അവയിൽച്ചെന്നു ചെറുമക്ഷികക്കൂട്ടം കണ-
ക്കവശം ജനമെത്ര കുടുങ്ങിപ്പിടയ്ക്കുന്നു?
'ആ വല പൊട്ടിക്കുവാനുൾക്കരുത്തുണ്ടു നമു'-
ക്കേവമോർത്തൊന്നു കുതിച്ചെന്നാൽ നാം വിമുക്തരായ്.
അപ്പോഴും കാലത്തെ മറി കടക്കാൻ കർമ്മഗതിയിൽത്തന്നെ
യാണ് കവി കടിഞ്ഞാണുറപ്പിച്ചിരിക്കുന്നത്.
ഭൂതകാലത്തെത്തന്നെ നിനച്ചു നിനച്ചേവം
സ്ഫീത സങ്കടവീചീതർജ്ജിതന്മാരായ് നിത്യം
പാരവശ്യത്തെപ്പൂണ്ടു കാലത്തെ കളയാതെ
ധീരന്മാരായിരിപ്പിൻ! സോദരന്മാരെ! നിങ്ങൾ

എന്ന് മറ്റൊരു കവിതയിൽ (ഭൂതകാലം) ടി.എസ്.തിരുമുമ്പ് പറയുന്നതും മറ്റൊന്നും കൊണ്ടല്ല.

■

കുറുന്തോട്ടിപ്പൂവിന്റെ ചൊവ്വ്പോലെ

നാത്തൂൻമാരുടെ നുണകേട്ട് ആങ്ങളമാർ കൊത്തിക്കൊന്ന് കിണറ്റിലിട്ട മാക്കപ്പോതി നൂറ്റാണ്ടുകൾക്ക് മുമ്പേ വടക്കേമലബാറിൽ നിറഞ്ഞു നിന്ന പുരാവൃത്തമാണ്. അനന്യമായ രക്തസാക്ഷിണീത്വം കൊണ്ട് അവർക്ക് പണ്ടേ പരദേവതാത്വം കൈവന്നിട്ടുണ്ട്. അത്യന്തശോകാർദ്രമായ ഈ കഥനത്തെയാണ് 'താർമകൾക്കൻപുള്ള തത്ത'യെക്കൊണ്ട് ചൊല്ലിച്ച് കുട്ടമത്ത് കടാങ്കോട്മാക്കമായി എഴുതിയിട്ടുള്ളത്. കഥാപൗരാണികത്വത്തെ വിചാരിച്ച് 'ബദരീകാശ്രമവും മഹർഷികളേയും' സൃഷ്ടിച്ച കുട്ടമത്ത് മൂലകഥനത്തിൽ പരസ്പരഘടന മതിയാവാതെ, 'വിട്ടുമാറി'ക്കിടക്കുന്ന ചുരുക്കം ചില സന്ദർഭങ്ങളെ കൂട്ടിച്ചേർത്തിട്ടുമുണ്ട്.

പകൽ മുഴുവൻ പകിടയും ചതുരംഗവും പാട്ടുമാട്ടവുമായി കളിക്കുന്ന, പുരാണഗ്രന്ഥങ്ങൾ പാരായണം ചെയ്ത് സാരം ഗ്രഹിക്കുന്ന നവയുവതിയായ മാക്കം വരാന്തയിൽ ശാകുന്തളം നോക്കി രസിക്കുന്ന ദൃശ്യം സ്നേഹിക്കപ്പെടാൻ ആഗ്രഹിക്കുന്ന അക്കാലത്തെ നായികാമുഖം തന്നെയാണ്. 'രുദ്രാക്ഷത്തിന് പളുങ്കുമണി ചേർത്തപോലെ' പ്രിയപ്പെട്ടവനോടുള്ള മൃദുമന്ദഹാസവും മഞ്ജുളനോട്ടവും വാക്കും വർത്തമാനങ്ങളും ഒക്കെ ഒരു ഫ്യൂഡൽവ്യവസ്ഥിതിയിലെ നാത്തൂൻപോരിനുള്ള പരമവൈര്യമാവുന്നു.

വളകളുടെ കളകള നിദാനം വിനാ, നല്ല
വാർകുന്തളം വാർന്നിടുമ്പോളസൂയയാൽ,
തലമുലക, ളിളകി, മൃദുപട്ടുറവുക്കയെ-
ത്തട്ടിത്തുളുമ്പുന്നതോർത്തു ചിരിക്കയും,
പുളകമൊടുമുലകൾ, കൃതകൃത്യത്വമേല്കവേ,

പൊന്നരഞ്ഞാണഴിയുമ്പോൾ മദിക്കയും;

ചെയ്യുന്ന മാക്കത്തോട് സ്ത്രീയെ ശരീരമായി കാണുന്ന നാത്തൂൻമാർ അസൂയപ്പെട്ടില്ലെങ്കിലേ അത്ഭുതപ്പെടേണ്ടതുള്ളൂ. മാക്കത്തിനാണേൽ നേരത്തേതന്നെ വിദ്യാഭ്യാസം കിട്ടിയിരുന്നു. 'അയ്യാണ്ടിലല്ലോ, കയ്യെഴുതി മെയ്തിരിയേണ്ടതോ' എന്നാണ് തോറ്റത്തിൽ. ഇപ്പോഴധികാരവും കിട്ടിയിരിക്കുന്നു! വിദ്യാഭ്യാസവും ആചാരവും സ്ത്രീയുടെ മേൽ ചെലുത്തുന്ന നിയന്ത്രണങ്ങൾ, പ്രപഞ്ചത്തെക്കുറിച്ചുള്ള അവളുടെ ധാരണയെ പരിമിതപ്പെടുത്തുന്നതായി കാണാം. ലോകത്തിൽ തന്റെ സ്ഥാനം കണ്ടെത്തുന്നതിനുള്ള സമരം ഏറെ ക്ലേശകരമായിത്തീരുമ്പോൾ അതിന്റേമേൽ പിടിമുറുക്കുന്നതിനായി ഒന്നയഞ്ഞ് ആകാംക്ഷയോടും അഭിമാനത്തോടും കൂടി നീരസത്തിലും ഉൽക്കർഷേച്ഛയിലും ഒരു പരിശീലനം നേടുകയാണ് മാക്കം ചെയ്തിരിക്കുന്നതും.

ഇന്ദുലേഖ (1889) യോടൊപ്പംതന്നെ അറിവിന്റേയും സൗന്ദര്യത്തിന്റേയും അർഹതയുടെ സ്ത്രീശാക്തീകരണമായി കുട്ടമത്തിന്റെ മാക്കത്തെ (1903) കാണാവുന്നതാണ്. ഇതിനെതിരെ എക്കാലത്തുമുണ്ടാവുന്ന പടപ്പാച്ചിൽത്തന്നെയാണ് നാത്തൂൻമാരുടെ 'സഹജകുടിലത'യും. മാക്കം തോറ്റത്തിൽത്തന്നെ

'പണ്ട് നീ എന്നെ ചുക്കൻചൊറിയനെന്ന് വിളിച്ചില്ലേ മാക്കേ,
ഇപ്പം ഞാൻ നിന്റെ പുരുവനായി വന്നില്ലേ മാക്കേ,
ആണ്ങ്ങളെ ഒരിക്കീം തരംകെട്ത്ത് പറേറെ മാക്കേ,
എപ്പെങ്കിലും അയിനൊരു പകരം വീട്ടും.......'

എന്ന് ഭർത്താവ് പറയുന്നത് ഇതിനൊരു ശ്രദ്ധ തരുന്നുണ്ട്. മാത്രമല്ല അതിനുള്ള മറുപടി

'ബുദ്ധിയില്ലാതേടം ഞാനൊന്ന് പറഞ്ഞ് പോയത്
ബുദ്ധി തെളിഞ്ഞോര് ന്ങ്ങളാവാക്ക് കയ്കെട്ടരുതേ
ഇത്തറക്ക് കട്പ്പമുണ്ടോ ആണ്ങ്ങളെ മനസ്സാകുന്നോ'

എന്നാണ്. നാട്ടുനന്മയുടെ നാണംകുണുങ്ങിയായ മാക്കത്തിൽ നിന്ന് കുട്ടമത്തിന്റെ മാക്കത്തിന് വന്ന മാറ്റത്തിന് കാരണം ദേശീയ സ്വാതന്ത്ര്യസമരവും നവോത്ഥാന കാലഘട്ടവുമായിരിക്കാം.

പതിവായ് ഭർത്താവോട് പുരാണവും ശാസ്ത്രവും പാടി അർത്ഥം പറഞ്ഞിരിക്കുന്ന മാക്കം ഭർത്താവിനും പലർക്കും എഴുതിയിരിക്കുന്നൂ എന്ന് ആശ്ചര്യത്തോടെ പറഞ്ഞിരിക്കുന്നത് സമൂഹത്തിൽ സ്വഭാവദൂഷ്യക്കാരിയായി വിലയിരുത്തുന്ന അക്കാലത്തെ 'സ്ത്രീ വിദ്യാഭ്യാസ'ത്തിന്റെ ഇരുണ്ടവശം തന്നെയാണ്.

വലിയൊരു പകിട്ടിനാൽ പാട്ടിൽ പിടിച്ച് വമ്പനാം 'നമ്പറെ' കുമ്പിടീക്കുന്നതും സ്ത്രീവിരുദ്ധ നിലപാടിന്റെ ഒരു സ്ഥലത്തെത്തന്നെയാണ് അടയാളപ്പെടുത്തുന്നത്. പുരുഷനാൽ ധർമ്മസംഹിത നിർണ്ണയിക്കപ്പെട്ട സമൂഹം സ്ത്രീയെ അധമയെന്ന് വിളിക്കുന്നു. ഇവിടെ പുരുഷന്റെ കണ്ണട ധരിച്ച നാത്തൂൻമാർ അവളുടെ ശിരസ്സിൽ പൊന്നെഴുത്താണിയിൽ വരച്ചത് നമ്മുടെ മണ്ടയിൽ 'മട്ടക്കണ്ണ' കൊണ്ട് കുത്തിക്കുറിച്ചിതു എന്ന് അസൂയയുടെ (നാത്തൂൻപോരിന്റെ) നെരിപ്പോട് കത്തിക്കുന്നു. മച്ചിയായ (തോറ്റത്തിൽ പറയുന്ന) നാത്തൂൻമാരുടെ പടനായകർ പടച്ചട്ടയണിഞ്ഞ് യാത്രയ്ക്കിറങ്ങുമ്പോൾ കുലദേവതയായ വീരചാമുണ്ഡിയോട്

'ഞങ്ങളൊക്കെ പടജയിച്ച് വരുന്നവരേയ്ക്കും
നേർപെങ്ങളേയും പൊൻമക്കളേയും കാത്തുകൊള്ളണേ'

എന്നാണ് പ്രാർത്ഥിക്കുന്നത്. സ്വന്തം ഭാര്യമാരെപ്പറ്റിയോ മറ്റാരെയും കുറിച്ചോ അല്ല അവരുടെ ചിന്ത എന്നതും നാത്തൂൻപോരിന്റെ തെളിച്ചത്തിന് സഹായിക്കുന്നുണ്ട്.

ഈ നെരിപ്പോടിനെ വിശ്വാസയോഗ്യമാക്കുന്നുണ്ട് കുട്ടമത്ത് കൂട്ടിച്ചേർത്ത 'വിഷബഹളങ്ങൾ'. ചാപ്പൻ 'ചെയ്യില്ലാ ഞാ'നെന്നു ഖണ്ഡിച്ചുരുക്കുന്നതും പിന്നീട് 'പണം പാതിയാദ്യമേ കിട്ടണമെന്നുള്ള' ആർത്തിയും ഇലയിലന്നം വിളമ്പവേ വിഷജ്വാല പൂട്ടോടുപൊങ്ങി വിസ്മയമാവുന്ന കാഴ്ചയും കവിതയ്ക്ക് വിശ്വസനീയത പകരുന്നു. 'മാക്കം ചെറിയമ്മ തന്നു കൊടുത്തുഞാൻ' എന്ന പറച്ചിലിൽ കൂസലുണ്ടായില്ല മാക്കത്തിന്. ദുർബുദ്ധിയുള്ള കുടിലതയെ ജഗദ്സാക്ഷിയായ ദൈവം തെളിയിച്ചുകൊള്ളുമെന്നും ജനക്കൂട്ടത്തിൽ എന്റെ സത്യം തെളിയിച്ചില്ലേൽ എന്നെക്കുറിച്ച് ആശങ്കയ്ക്ക് വകനൽകുമെന്നും മാക്കത്തിനറിയാമായിരുന്നു. സ്വന്തം അസ്തിത്വത്തിന്റെ ഉത്തരവാദിത്തം ഏറ്റെടുക്കേണ്ട ആവശ്യം അവൾക്ക് ദൃഢമായി ബോധ്യപ്പെടുത്തേണ്ട സന്ദർഭമാണ് വന്നിട്ടുള്ളത്. പിന്നീടുള്ള പ്രതിജ്ഞ മാക്കത്തിന്റെ സ്വത്വരൂപീകരണത്തിലേക്കുതന്നെയാണ് നീളുന്നത്. അതിന്റെ ദൃഷ്ടാന്തമായി ചാപ്പന് ചിത്തഭ്രമം വരികയും സത്യം പറഞ്ഞശേഷം മൂർദ്ധാവ് പൊട്ടിത്തെറിച്ച് മരിക്കുകയും ചെയ്യുന്നു. മാക്കം പിടിച്ച സത്യം ജയിച്ചുവെങ്കിലും അപ്പോഴും നാത്തൂന്മാരുടെ ഉള്ള് 'കള്ളി'യെപ്പറയാതെ ചാത്തൻ ചത്തതിൽ രസംപൂണ്ടിരിക്കുന്നുണ്ട്. പതിനൊന്നു ചേട്ടരിൽ വൈര്യത്തിന്റെ വിത്ത് വിതച്ചകാര്യം പറയുന്നതോടെ ഗുണ്ടർട്ട് 1873 ൽ തന്റെ നിഘണ്ടുവിൽ പ്രസ്ഥാവിച്ച സന്തതിക്കുവേണ്ടി ഭക്തിപൂർവ്വം വഴിപാടുകൾ അർപ്പിക്ക

പ്പെടുന്ന പരദേവതയായ നായരിച്ചിയുടെ കഥയുടെ മദ്ധ്യഖണ്ഡം അവസാനിപ്പിക്കുകയാണ് കുട്ടമത്ത്. കഷ്ടപ്പാടിന്റെയും പൊരുതലിന്റെയും തീഷ്ണതകൊണ്ട് സീതയുടെയും ദ്രൗപദിയുടെയും കണ്ണകിയുടെയും ചരിതങ്ങളെ ഓർമ്മിപ്പിക്കുകയാണ് കടാങ്കോട്ട് മാക്കവും. ധാർമ്മികവും സാമൂഹികവും സാംസ്കാരികവുമായ പ്രത്യാഘാതങ്ങൾ ആവശ്യമായത്ര സംഭവിക്കുന്നില്ലെങ്കിൽ പുതിയ സ്ത്രീ പ്രത്യക്ഷപ്പെടുകയില്ലെന്ന് കടാങ്കോട്ട് മാക്കവും പറഞ്ഞുവെക്കുന്നുണ്ട്. അതുകൊണ്ടുതന്നെയാണ് മാക്കത്തോറ്റം ഉത്തരകേരളത്തിന്റെ ഒരു വികാരമായി നിലകൊള്ളുന്നതും.

■

അതിരിന്റെ നിലവിളി

മലയാള ഭാഷയെ ഒന്നാം ഭാഷയാക്കുക വഴി ഏറെക്കാലമായി ഭാഷാസ്നേഹികൾ ആഗ്രഹിച്ച, മാതൃഭാഷയോടുള്ള ഇഴയടുപ്പത്തെ ഉയർത്തിക്കാട്ടാൻ കിട്ടിയ അവസരമായി കേരളം ഇതിനെ നോക്കിക്കണ്ടു. 'മറ്റുള്ള ഭാഷകൾ കേവലം ധാത്രി'മാരായി മാറിയപ്പോൾ അതിർത്തിപ്രദേശങ്ങളിലെ ഇടങ്ങളിൽ മാതൃഭാഷയോടുള്ള കൂറ് സമരമുഖങ്ങളായി മാറിത്തുടങ്ങിയിട്ടുണ്ട്. കേരളത്തിൽ ജീവിക്കുന്നതുകൊണ്ടുമാത്രം മാതൃഭാഷ മലയാളമാവണമെന്നില്ലല്ലോ. കാസർകോടു പ്രദേശം 'സപ്തഭാഷാ സംഗമഭൂമി'യെന്ന കേൾവിയാൽ അഭിരമിക്കെ പ്രത്യേകിച്ചും. തുളു, മലയാളം, കന്നട, കൊങ്കിണി, ഹിന്ദുസ്ഥാനി, മറാഠി, ബ്യാരി ഭാഷകൾ ഇവിടെ ഈ വടക്കേയറ്റത്ത് ഇടകലർന്ന് ഉപയോഗിക്കുന്നുണ്ട്. കുടകിനോട് തൊട്ടുകിടക്കുന്ന പ്രദേശങ്ങളിൽ കൊടവ ഭാഷയുമുണ്ട്. കാസർകോടുൾപ്പെടെയുള്ള പ്രദേശങ്ങൾ കേരള സംസ്ഥാന രൂപീകരണം വരെ തെക്കൻകർണ്ണാടക ജില്ലയുടേയും മദ്രാസ് സംസ്ഥാനത്തിന്റേയും ഭാഗമായിരുന്നതു കൊണ്ട് കന്നടയും തമിഴും ചേറിയെടുക്കാൻ കഴിയാത്തവിധം വടക്കൻ വാമൊഴിയിൽ കടന്നിട്ടുമുണ്ട്. തുളുനാടൻ സംസ്കാരത്തിന്റെ വാമൊഴിസ്വരൂപം അക്ഷരങ്ങൾക്കപ്പുറമാണെങ്കിലും തുളുവിന്റെ സ്വാധീനവും കാസർകോട്ട് ധാരാളം. ഉറുദു മാതൃഭാഷയായ ഹനഫി കുടുംബങ്ങൾ ഇവിടെ നിരവധിയാണ്. അങ്ങനെ വരുമ്പോൾ ഭാഷ ഒരു സംസ്കാരമെന്ന അടിസ്ഥാനതത്ത്വത്തിലേക്കാണ് ഈ സമരച്ചൂട്ടുകൾ വെളിച്ചം പായിക്കുന്നത്. അതിർത്തികളിലെ ചെറുന്യൂനപക്ഷം എന്നും (ഏത് ഭാഷാതിർത്തിയിലായും) സമ്മർദ്ദങ്ങൾക്ക് വശംവദരായിരുന്നിട്ടുണ്ട്. ടി. ഉബൈദിന്റെ വിട

വാങ്ങൽ (1949) എന്ന കവിത ഈ സന്ദർഭത്തെ ഏറെ സമ്പന്ന മാക്കുന്നുണ്ട്. (ഇരുപത് തവണ പകർത്തിയെഴുതി ചന്തം വരുത്തിയ ആ കവിത നീലേശ്വരം പരിഷത്തിന്റെ 'ഫാലതിലക'മായി കൊണ്ടാടപ്പെട്ടതാണല്ലോ.)

മലനാടിന്റെ സൗന്ദര്യം കാണാൻ അണമുകിലുകൾ അണിനിരന്നു വരുന്നതും ആകാശപ്പന്തലിൽ ഏഴുനിറങ്ങൾ വിശുദ്ധ പതാക പറത്തുന്നതും ഇടവമാസം ഇടിവെട്ടാകുന്ന പടഹമടിക്കുന്നതും മിന്നലാകുന്ന നദിയെ വിളിക്കുന്നതും തുടർന്നുള്ള അവളുടെ വടിവൊത്ത കൂത്തും വർണ്ണിക്കുമ്പോഴൊക്കെയുള്ള 'ഇശലി'ന്റെ മുറുക്കം 'വിടവാങ്ങലി'നെ മികച്ച അനുഭവമാക്കുന്നു.

'പച്ചപ്പന്തലിലണയാൻ തെങ്ങുകൾ
മാടി വിളിക്കും മലനാട്ടിൽ,
നിച്ചിലുമനിലൻ സൗഹൃദപരിമള-
ധോരണി വീശും മലനാട്ടിൽ'

'ഇടവം വന്നൊരു പടഹമടിക്കും
ഉടനടി വിണ്ടലശാല തുറക്കും
നടിയാം മിന്നൽക്കൊടിയെ വിളിക്കും
വടിവോടവളൊരു കൂത്തുനടിക്കും.'

തന്റെ അനുഭവമാണ്, ജീവിതമാണ് തന്റെ ഭാഷ എന്ന് ആവർത്തിച്ച് പറയുകയാണ് ടി. ഉബൈദ്.

കർണ്ണാടക ജില്ലയുടെ ഭാഗമായിക്കഴിഞ്ഞ കാസർഗോഡ് പ്രദേശം ഐക്യകേരളത്തിൽ ചേരുവാൻ കാണിക്കുന്ന ഹൃദയ ദാഹം തന്നെയാണ് 'വിടവാങ്ങലി'ന്റെ പൊരുൾ. (കന്നട ഭാഷ അനായാസം കൈകാര്യം ചെയ്യാൻ കഴിവുള്ള ഉബൈദ് വള്ളത്തോൾ കവിതെഗളും (വള്ളത്തോൾ കവിതകൾ), മുസ്ലീമെന്ന മൊറെഗളു (ഇക്ബാൽ കൃതി) പതിതപുഷ്പ (വീണപൂവ്) തുടങ്ങിയവയൊക്കെ കന്നടയിൽ പ്രസിദ്ധീകരിച്ചിട്ടുമുണ്ട്.)

'വിളി കേൾക്കുന്നൂ, വിളി കേൾക്കുന്നൂ;
മാതാവിൻ വിളി കേൾക്കുന്നൂ!
വിടതരികമ്മേ, കന്നട ധാത്രീ
കേരള ജനനി വിളിക്കുന്നൂ'

പെറ്റമ്മയെ വിട്ടുപിരിഞ്ഞ് അലഞ്ഞ് തിരിഞ്ഞ് ആരുടെയൊക്കെയോ കൃപകൊണ്ട് വളർത്തപ്പെട്ട കുട്ടി ഏറെക്കാലം കഴിഞ്ഞ് പെറ്റമ്മയുടെ വിളി കേൾക്കുമ്പോൾ ആഹ്ലാദത്താൽ മതിമറന്ന്

പാഞ്ഞുചെല്ലുമ്പോഴുണ്ടാകുന്ന വികാരവിസ്ഫോടനം മുഴുവൻ ഈ വരികളിലമർത്തിവെച്ചിട്ടുണ്ട്. വളർത്തമ്മയായ കന്നടഭൂമിയെ നന്ദിപൂർവ്വം സ്മരിക്കുന്നതിനും കേരളഭൂമിയാണ് തന്റെ പെറ്റമ്മയെന്നും സ്നേഹത്തോടെ ഓർമ്മിപ്പിക്കുന്നുണ്ട് ഈ വരികൾ. ഭാഷാ എന്നത് വെറും ഭാഷ (Launguage)അല്ലാ എന്നും ജീവിതം തന്നെയാണ് എന്നുകൂടി ഓർമ്മിപ്പിക്കുന്നുണ്ട്. 'വിടവാങ്ങലി'ലെ വരികൾ.

ഒന്നര നൂറ്റാണ്ടായി ഇവിടെ (കർണ്ണാടകം) വന്നിട്ടും അമ്മ വിളിക്കുമ്പോൾ (കേരളം) പോകാതിരിക്കാനാവാത്ത ആ അവസ്ഥ തന്നെയാണ് അതിർത്തിദേശങ്ങളിൽ വസിക്കുന്ന ഓരോ മറുഭാഷകനും ഉണ്ടാവുക. ജോലി കേരളത്തിലായതുകൊണ്ടുമാത്രം (ഭാഷാ തിർത്തിയെ അങ്ങനെ മുറിക്കാൻ പറ്റുമോ?) മലയാളം നിർബന്ധിത ഭാഷയാകുമ്പോൾ അതിർത്തിയിൽ നിന്നുള്ള 'മാതാവിൻ വിളി' കേൾക്കാതെ പോവുമോ?

കവിയുടെ കാല്പാടുകൾ ഇങ്ങനെ വായിക്കുന്നു:

'സന്ധ്യ, ഇരുണ്ട ഓർമ്മകൾ പിൻപറ്റുന്നു. കരിനിഴലുകൾ കൂടെ വരുന്നു. ദാഹം, എന്തിനോ വേണ്ടിയുള്ള അടങ്ങാത്ത ദാഹം!

വീട്, അമ്മ, നാട്, നാട്ടുകാർ, ദാഹജലം തന്നെ തണ്ണീർപ്പന്തലുകൾ. ഓ! കറുത്ത മഞ്ഞുവീണ് മാഞ്ഞ നീണ്ട പാത.

കടലല വീണ്ടും തേങ്ങി: 'സ്നേഹിക്കാൻ കഴിഞ്ഞില്ല.' തരിശുനിലം കരഞ്ഞു:ഹനഹജീവിക്കാൻ കഴിഞ്ഞില്ല.' വെൺമുകിൽ കണ്ണുതുടച്ചു.

'അങ്ങിങ്ങലഞ്ഞു നാൾ കഴിഞ്ഞു. അമ്മയ്ക്കൊന്നും കൊടുക്കാൻ കഴിഞ്ഞില്ല. അമ്മ – മകനു ജീവരക്തം നൽകിയ അമ്മ – കണ്ണുനീർ കുടിച്ചു ചടച്ച അമ്മ!'

ജീവന്റെ മുട്ടകൾ വിരിയാൻ ഉപവസിച്ച് അടയിരുന്ന അമ്മ – കൊക്കിൽ കൈവന്ന ഇര അകത്താക്കാതെ കുഞ്ഞിനു വിളിച്ചുകൊടുത്ത അമ്മ.

പുൽക്കൂമ്പിലെ മഞ്ഞുതുള്ളി കരഞ്ഞു: 'അമ്മയ്ക്കൊന്നും കൊടുക്കാൻ കഴിഞ്ഞില്ല!'

പിറന്ന മണ്ണിന്റെ വിളി – തൊണ്ടയിടറിയ വിളി!

തളർന്ന മേഘം പറഞ്ഞു: 'അമ്മേ വരുന്നു, ഞാൻ വീണ്ടും

വരുന്നു!'

ഓരോ ഭാഷയ്ക്കും ചിലതൊക്കെ പറയാനുണ്ടാകും. പുഷ്കലമായ ഓർമ്മകളുടെ ജീവിതസ്പന്ദനമായിരിക്കും പലപ്പോഴും അത്. ഭാഷകൾ മരിച്ചുകഴിയുമ്പോൾ നഷ്ടപ്പെടുന്നത് ആ ജീവിത സ്പന്ദനം തന്നെയാണ്. (തിരിച്ചും പറയാം അത്തരം ജീവിത സ്പന്ദനങ്ങൾ നിന്നുപോവുമ്പോൾ ഭാഷയും മരിച്ചുകൊണ്ടിരിക്കുന്നുവെന്ന്) കൊടവഭാഷ കൂർഗ്ഗിന്റെ സൗന്ദര്യം ത്രസിപ്പിക്കുന്നതായിരുന്നു. കൊടവ കവിതകൾ ഭാഷയറിയാത്തവരെപ്പോലും ആനന്ദിപ്പിച്ചു. 'കുറവന്റെ വിളിയിൽ' പി. കുഞ്ഞിരാമൻനായർ ഇങ്ങനെയെഴുതി:

മാമരങ്ങളെക്കോരിത്തരിപ്പിച്ച
മാതൃഭാഷ - യബ്ഭാഷയിന്നെങ്ങുപോയ്?
അന്തരാത്മാവിൽ നിന്നുയർന്നുന്നത-
വിണ്ടലം കേട്ട ഗാനമിന്നെങ്ങുപോയ്?
ആത്മബോധ - മാദീപമിന്നെങ്ങുപോയ്?
ആത്മവീര്യ - മാമന്ത്രമിന്നെങ്ങുപോയ്?

ഇങ്ങനെ തന്റെ പാരമ്പര്യത്തിന്റെ മണമുള്ള ഭാഷ / ജീവിതം ഉപേക്ഷിക്കുക വഴി നഷ്ടപ്പെടുന്നത് സംസ്കാരവൈവിധ്യം തന്നെയാണ്. അതുകൊണ്ടുതന്നെ ഏതതിർത്തിയിൽ നിന്നും ഇത്തരം നിലവിളികൾ മുഴങ്ങിക്കൊണ്ടിരിക്കുന്നുണ്ട് എന്നും. ഭാഷയിലും ജീവിതത്തിലും.

■

ആഴിപ്പരപ്പ്

മലയാളകവിത അറുപതുകളിലും എഴുപതുകളിലും പരിവർത്തനങ്ങളുടെ ആധുനികവും അത്യന്താധുനികവുമായ എത്രയെത്ര പുതുപുതു മുഖശോഭകൾ എടുത്തണിഞ്ഞിട്ടുണ്ടെങ്കിലും കവിതയ്ക്ക് എന്നും ചിരസ്ഥായിയായ ഒരു സൗന്ദര്യതലമുണ്ട്. കവിതയുടെ ജൈവപരമായ ഈ വികാസം കവിയുടെ ദേശകാല പരിസരത്തെ തൊടുന്നതു തന്നെ. പൈതൃകങ്ങളുടെ ആദിവേരുകളിൽ നിന്നും തുടങ്ങുന്ന ഈ സഞ്ചാരത്തെ ശ്രദ്ധയോടെ പകർത്തിയ കവിയാണ് ഏ.വി.ശ്രീകണ്ഠപൊതുവാൾ. പ്രകൃതിയെ അതിന്റെ ജൈവികതയിൽത്തന്നെ കാണാനും ശ്രീകണ്ഠപ്പൊതുവാളിന് ആവുന്നുണ്ട്. ലളിത വിശുദ്ധവും അകൃത്രിമസുന്ദരവുമായ സാധാരണ കല്പനകളും ബിംബങ്ങളും അലങ്കാരങ്ങളും കൊണ്ട് ശ്രദ്ധേയമായ ഒരു കവിതയാണ് മഴവില്ല് എന്ന കവിതാസമാഹാരത്തിലെ (1955) ആഴിപ്പരപ്പിൽ. പേര് സൂചിപ്പിക്കും പോലെ ഒരു കടൽക്കവിതയെന്ന് പറയാമെങ്കിലും കടലിനെ ഒരു രൂപകമാക്കി സ്വാതന്ത്ര്യസമര ജീവിതത്തെ, സമരാങ്കണത്തെ, ദേശീയ പ്രസ്ഥാനത്തിന്റെ വാഗ്ജ്വാലയായ കവിതയാക്കി മാറ്റുകയാണ് ചെയ്യുന്നത്. തന്റെ ഗാന്ധിയുഗസംസ്കാരത്തെ ഒരു ലഹരിയാക്കി മാറ്റാൻ ഈ കവിതയിലൂടെ കവിക്കാവുന്നുണ്ട്. കരയിൽ നിന്നും കടൽ കാണുന്നതിനോടൊപ്പംതന്നെ കടലിൽ നിന്നും കടൽ കാണുന്ന ഒരു ദൃശ്യവിന്യാസവും ഈ കവിതയിൽ കാണുന്നുണ്ട്.

ഒരു കടൽ യാത്ര തന്നെയാണ് ആഴിപ്പരപ്പിൽ. മലകളായി അഭിനയിച്ച് ഇളകിയാടുന്ന ഈ അലകളെ നോക്കാതെ തുഴഞ്ഞു കൊൾവിൻ എന്ന തുടക്കം തന്നെ കടൽ നിറയുന്ന ഒരു കാഴ്ച

യാണ്. നമ്മുടേതല്ലാത്ത ഒരു സമുദ്രപാരമ്പര്യമാണത്. പക്ഷെ ഉപ്പുസത്യാഗ്രഹം (കെ.കേളപ്പന്റെ നേതൃത്വത്തിൽ തൃക്കരിപ്പൂരി നടുത്തുള്ള ഒളവറയിലെ ഉപ്പുകുറുക്കലും മറ്റും) ദേശീയ നവോത്ഥാനത്തിലേക്കുള്ള ഒരു കടൽ അനുഭവം മാത്രമല്ലല്ലോ. കടലിലെ ആഴങ്ങളിൽ അടച്ചിട്ട ധനം കവർന്നെടുക്കുമ്പോൾ പഴങ്കഥയൊക്കെ മറക്കാനും കൊടുങ്കാറ്റിൽ കുലുങ്ങാതെ മഴക്കോളിൽ ഉള്ളം കലങ്ങാതെ ആവേശത്തോടെ മുന്നോട്ടാഞ്ഞ് തുഴഞ്ഞു കൊള്ളാനുമാണ് കവി ആഹ്വാനം ചെയ്യുന്നത്. നിരന്തരമായ യാത്രകളിൽ കാണുന്ന സമുദ്രത്തിന്റെ അകവും പുറവും ഗാംഭീര്യവുമല്ല ഇത്. ഭാവിയുടെ കനം തൂങ്ങുന്ന പ്രതീക്ഷകൾ കടലിൽ കാത്തു നിൽക്കുന്നുണ്ട് വല വരുവാൻ എന്ന ഓർമ്മപ്പെടുത്തലാണത്. ആ പ്രതീക്ഷകൾ സ്വാതന്ത്ര്യം തന്നെ! ഏതൊരു അടിമത്തത്തിനെതിരെയുമുള്ള ഒരു ചെറുത്ത് നിൽപ്പ്. ഉപ്പ്വെള്ളം കലർന്ന കടൽവെള്ളം കുടിക്കാനും കുളിക്കാനും പറ്റാഞ്ഞതിനാൽ സവർണ്ണനെ സംബന്ധിച്ചുള്ള 'കടൽ അശുദ്ധി'യുമല്ല ഈ വരികളിൽ നിഴലിക്കുന്നത്. ക്ഷണികമായ ജനിമൃതികളെ ചിരിയോടെ പുണർന്നുകളിക്കുന്ന തരംഗരാജിയെക്കുറിച്ച് പറയുന്ന കവിക്ക് എന്ത് അയിത്തായിത്തം! തരംഗരാജിയുടെ ധവളവർണ്ണവിരിപ്പ് നമ്മുടെ തോണിക്ക് സ്വയം മഹിമയാർന്ന് വഴികാട്ടുന്നു എന്നു പറയുമ്പോഴുള്ള വിശാലത കടൽ പോലെ കവിതയിലുടനീളം പരന്നു നിൽക്കുന്നുണ്ട്. ആത്മസംതൃപ്തിക്കായി ഈശ്വരൻ നിവർത്തിയിട്ട പരവതാനിയായിട്ടാണ് കവിയിത് കാണുന്നത്. വിജയക്കൊടിയുയർത്തി വഞ്ചിയെ സൂര്യസാമ്രാജ്യത്തിന്റെ നടുവിലൂടെ നീക്കൂ എന്ന് പറയുമ്പോഴേക്കും കവിതയ്ക്ക് രാഷ്ട്രീയമാനം വരുന്നുണ്ട്. പ്രളയകാലത്തിന്റെ മഹാപ്രവർത്തനത്തിന് അണിചേരാൻ അലകൾ അഭ്യസിക്കുന്ന ഒരു കളരി മാത്രമാണ് ഇവിടെ ജീവിതം. ജീവിതം തന്നെ ഒരു സമരമാണ്. ഈ ജീവിതത്തിനു വേണ്ടി അടക്കാനാവാത്ത ചൊടിയോടെ അപാരമായ ധീരതയോടെ വന്നവരാണ് നാമോരോരുത്തരും. ദേശീയ നവോത്ഥാന ബോധത്തിന്റെ ആവേശം തന്നെയാണ് ഈ യാത്രയെ നയിക്കുന്നതെന്ന് കാണാം. സൂര്യന്റെ ചവിട്ടേറ്റ് ഫണം പൊക്കി വർദ്ധിച്ച കോപത്തോടെ കരയെ കൊത്തുന്ന ഈ കരിനാഗത്തെ ഇണക്കി അതിന്റെ മേലിൽ ഇഷ്ടം പോലെ കളിക്കുകയാണ് നാം. ഇതിൽപ്പരം നമുക്കെന്താണ് വേണ്ടത്! കൃഷ്ണപുഷ്പങ്ങൾ എന്ന കവിതയിൽ

ഇവിടെ ഈ നീലപ്പരപ്പിൽ പണ്ടൊരു നവനീലപ്പെരുങ്കടലൊതുക്കിപോൽ പതിനാറായിരം യമുനകളന്നു കുതികുതിച്ചെ

ത്തിയതിൽ ലയിച്ചുപോൽ

എന്ന് ശ്രീകൃഷ്ണ പ്രഭാവത്തെ വരച്ചുവെച്ച കവി മറ്റൊരു വഴി തേടില്ലല്ലോ. നവനീലപ്പെരുങ്കടലിൽ (ശ്രീകൃഷ്ണപ്രഭാവം) പ്രേമസാധനയുമായി വന്ന പതിനാറായിരം ഗോപയോഗിനിമാരെ യമുനകളായി കൽപ്പിച്ച ഔചിത്യം തന്നെയാണ് ഈ 'കാളിയ മർദ്ദന'ത്തിലും കാണുന്നത്. കൊടുങ്കാറ്റിൽ കുലുങ്ങാതെ, പേ മാരിയിൽ ഉള്ളം കലങ്ങാതെ ആവേശത്തോടെ വല നിവർത്തിയെറി ഞ്ഞു കൊൾവിൻ! മകരമത്സ്യവും കൊച്ചുപരൽമീനും സ്വാത ന്ത്ര്യത്തിന്റെ മഹിമയാഘോഷിക്കുന്ന ഈ വിശാലതയിൽ കഠി നരോഗവും പട്ടിണിയും വഞ്ചനയും പടർന്നു കേറാത്ത ഈ വിശാലതയിൽ കടന്നു ചെന്നടക്കൂ പ്രതീക്ഷകളേ, തളർച്ചയി ല്ലാതെ തുടരൂ നാവികരേ എന്നവസാനിപ്പിക്കുമ്പോഴേക്കും കവി തയുടെ ദൗത്യം സാംസ്കാരിക ദേശീയത്വത്തിന്റെ ഉറച്ച ശബ്ദ മായി മാറുന്നു.

ഈ കവിതയിലെ അലകളുടെ ഭംഗിയെ കാണിക്കുന്ന രണ്ട് ദൃശ്യങ്ങളാണ്, മലകളായി അഭിനയിച്ച് ഇളകിയാടുന്ന അലക ളുടെ ദൃശ്യവും, 'പിശറി'നാൽ കുഞ്ചിരോമം കുടഞ്ഞ് അലകളാ കുന്ന കുതിരകൾ കുതിക്കുന്ന ദൃശ്യവും. ആത്മസംതൃപ്തിക്കായി ഈശ്വരൻ നിവർത്തിയിട്ട ഈ പരവതാനി കാഴ്ചയുടെ രണ്ട് തലങ്ങളിലാണുള്ളത്. ആദ്യത്തെ ദൃശ്യം മുകളിൽ നിന്നും കാണുന്നപോലെ. അല്ലെങ്കിൽ കടലിൽ/തോണിയിൽ നിന്നും കാണുന്നപോലെയാണ്. രണ്ടാമത്തെ കാഴ്ച കരയിൽ നിന്നുള്ള താണ്. മലയാളത്തിലെ മിക്കവാറും എല്ലാ കവികളും കടലിൽ നിന്നും കടലിനെ കാണുകയല്ല, കരയിൽ നിന്നും കടലിനെ കാ ണുകയാണ് പതിവ്. അല്ലെങ്കിൽത്തന്നെ കടലിന്റെ പ്രലോഭനവും വെല്ലുവിളിയുമൊന്നും പാശ്ചാത്യരെപോലെ ഭാരതീയനെ പ്രലോഭിപ്പിച്ചിട്ടില്ല. നമുക്ക് കാടായിരുന്നല്ലോ പഥ്യം. അവർ ആഴ ക്കടലിലേക്ക് തങ്ങളുടെ ഭാവനയുടെ തോണിയിറക്കിയപ്പോൾ ഒരു ഓരജീവിയായി തോണിയിൽ കുറച്ചുദൂരം മാത്രം സഞ്ചരി ക്കുകയായിരുന്നു മലയാളകവികൾ ചെയ്തത്.

കടലിനപ്പുറത്തുനിന്നും ചർച്ചിലും സഖാക്കളും കലിയിറഞ്ഞു തുള്ളിയാൽ നമുക്ക് ചേതമെന്തതിൽ?

എന്ന് തന്റെ മാർച്ചിങ്സോങിൽ ഏ.വി ശ്രീകണ്ഠപൊതുവാൾ പറഞ്ഞതും കടലിനെക്കുറിച്ച് പറയാനല്ലല്ലോ.

■

ഗ്രാമശ്രീയുടെ ചിത്രലാവണ്യം

വീടിന് മുന്നിലുള്ള മുച്ചിലോട്ട് സ്കൂളിലായിരുന്നു എന്റെ നാലുവരെയുള്ള പഠിത്തം. സ്കൂളിനു മുന്നിൽ റോഡും പിന്നിൽ വയലും. സർക്കാർ എൽ.പി. സ്കൂൾ ആയതുകൊണ്ടു തന്നെ ടാർപ്പാളി മറച്ചായിരുന്നു ഓരോ ക്ലാസ്സും. ഞങ്ങളുടെ കളികളിൽ ഓരോ ടാർപ്പാളിയും ചെറിയ ചെറിയ ദ്വാരക്കാഴ്ചകളുണ്ടാക്കി. പിന്നീടത് വലിയ വലിയ കാഴ്ചകളായി മാറുകയും ചെയ്തു. ഏറ്റവുമൊടുവിൽ ഫ്രെയിം മാത്രം ബാക്കിവെച്ച് മറ്റു ക്ലാസ്സുമായി ഒരു സാങ്കല്പിക അതിർത്തിയുണ്ടാക്കാറാണ് പതിവ്. ക്ലാസ്സ് എടുത്തുകൊണ്ടിരിക്കെത്തന്നെ കിഴക്ക് വയൽക്കാഴ്ചകളും പടിഞ്ഞാറ് വാഹനങ്ങളും ദൃശ്യവിരുന്നായി. വയലിന് ചേർന്നുനിന്ന സ്കൂളായതുകൊണ്ടുതന്നെ വരമ്പത്ത് നിൽക്കുന്ന പ്രതീതിയാണ് എപ്പോഴും ഉണ്ടാവുക. ലില്ലിക്കുട്ടിടീച്ചറുടെ മലയാളം ക്ലാസ്സിലും ബേബിടീച്ചറുടെ സാമൂഹ്യപാഠത്തിലും മാത്രമല്ല ഉണ്ണിത്താൻമാഷുടെ കണക്കിൽ പോലും കൃഷിപാഠങ്ങൾ ഇടപെട്ടു. ശനിയും ഞായറും മാത്രമല്ല അവധിക്കാലം മുഴുവനും ഞങ്ങൾ സ്കൂൾവളപ്പിലാണുണ്ടാവുക. സ്കൂൾ ഒരു തുറന്ന പുസ്തകമായതുകൊണ്ടുതന്നെ ഒരോ കാറ്റിലും മഴയിലും ഞങ്ങൾ അകത്തിരുന്ന് വയൽക്കാഴ്ചകൾ കണ്ടു. കാറ്റിന്റെ ആരവത്തിൽ കൃഷിക്കാരൻ എന്ന പാഠമെടുക്കുമ്പോൾ പാഠപുസ്തകത്തിലെ ട്രാക്ടർ ജീവനോടെ പുറത്തുനിന്ന് ചിരിച്ചു. കൊറ്റികൾ ക്ലാസ്സ് മുറിയിലേക്ക് കടന്നുവന്നു. തെയ്യം തവളകൾ ബോർഡിനുപിന്നിലിരുന്ന് ഒച്ചയെടുത്തു. അങ്ങനെയുള്ള ഒരു കാറ്റിന്റെ ഓർമ്മയിലാണ് ഞാൻ കാണാപ്പാഠം പഠിച്ച, പാഠപുസ്തകത്തിലേതല്ലാത്ത ഒരു കവിത ഓർമ്മ വരുന്നത്. ഏട്ടന്റെ

പാഠപുസ്തകത്തിലെ കവിതയായിരുന്നു അത്. വായിച്ച രസത്തിൽ അത് കാണാപ്പാഠമായി. കവിത എന്നല്ല പാട്ട് എന്നാണ് ഞങ്ങൾ പറയുക. ബാബുവിനെയും കൂച്ച്കെട്ടി സ്കൂളിന് മുന്നിലുള്ള ചെറിയ കുന്നിൽനിന്നും ഇറക്കത്തിലേക്ക് (അവിടെ നിന്നാണ് ഞങ്ങൾ സൈക്കിൾ ചവിട്ടാൻ പഠിച്ചത്.) മഴയൊലിച്ച പാടിലൂടെ നീട്ടിപാടി.

ആരുനീയാരുനീ ശീതളസ്പർശമേ
യാരുനീയജ്ഞാതസൗഭാഗ്യമേ?
മാമരക്കൂട്ടം കുണുങ്ങുന്നു നിന്നുടെ
യാഗമവേളയിലാനന്ദത്താൽ.

താവകകീർത്തനം പാടിയത്തെങ്ങോല-
മാലകൾ നർത്തനം ചെയ്തിടുന്നു;
വാസനപ്പൂംപൊടി പൂശുമാറുണ്ടു നീ
വാസരശ്രീതൻ കവിളിണയിൽ.

സ്കൂൾ മുറ്റം നിറയെ തെങ്ങാണ്. വടക്കുവശം മാവും. ഓരോ കാറ്റും കപ്പമാങ്ങയുടെ മണം കൊണ്ടുവരും. ആ മണത്തിന്റെ നിർവൃതിയും പാട്ടിനൊപ്പം ചേരും. കടത്തനാട്ട് മാധവിയമ്മയുടേതാണ് വരികൾ എന്നൊന്നും അന്നറിയില്ലായിരുന്നു. പാട്ടിന്റെ ഇഷ്ടത്തിൽ കൂടെക്കൂട്ടി. അത്രതന്നെ. പാട്ടിന്റെ രസംകൂടെ കൂച്ച്കെട്ടിന്റെ എണ്ണവും കൂടിക്കൂടി വരും. പാട്ടും ഒരു കളിയാണ്. യു.പി. ക്ലാസ്സിൽവെച്ച് (ദുർഗ്ഗാ ഹൈസ്കൂൾ) ഇതേ പാട്ട് പഠിക്കാനുണ്ടായപ്പോൾ ക്ലാസ്സ് ശ്രദ്ധിക്കാത്തതിന് ചോക്കേറ് കൊണ്ട് പുറത്തുനിൽക്കേണ്ടിവന്നിട്ടുണ്ട്. ഓരോ ഏറിലും ഞാൻ എൽ.പി. സ്കൂളിൽ നിന്നും തിരിച്ചുവന്നു. കടത്തനാട്ട് മാധവിയമ്മ എന്നെ നോക്കി ചിരിച്ചു. വരമ്പിൽ നിന്നുള്ള കാഴ്ചകൾ എന്നെ വിട്ടുപോയേയില്ല. ശീതളസ്പർശവും മാമരക്കൂട്ടവും മുന്നിൽ വന്നുനിന്നു. ചിത്രകാരനായപ്പോഴും അവർ എന്റെ കടലാസിൽ വന്നിരുന്നു. കാറ്റിന്റെ ആരവം കടലാസിനറ്റം വിറപ്പിച്ചു. നാട്ടിപ്പെണ്ണുങ്ങൾ നീട്ടി പാട്ടുപാടി. മുന്നിലെ റോട്ടിൽ കാളവണ്ടിയനങ്ങി. വണ്ടിയുടെ പിന്നിൽ പുസ്തകം വെച്ച് പാനീസിനരികെ എന്നെ അസൂയപ്പെടുത്തി ഞാന്നുകൊണ്ട് കൂട്ടുകാർ വീട്ടിൽ പോയി. (വീട് ദൂരെയായിരുന്നെങ്കിൽ എന്ന് ആഗ്രഹിച്ച നിമിഷങ്ങളായിരുന്നു അത്.)

മാസങ്ങൾക്ക് മുമ്പ് പുസ്തകങ്ങൾ വൃത്തിയാക്കിവെക്കുന്നതിനിടയിൽ പഴയ പാഠപുസ്തകം കിട്ടി. കേരളപാഠാവലി മലയാ

ളം ഏഴാം തരം. പുഴയോരത്തെ തെങ്ങിൻചോട്ടിൽ നിന്ന് കുന്ന്കണ്ട് ആകാശം നോക്കി കടത്തുവള്ളം തുഴഞ്ഞ് 134-ാം പേജിലെത്തിയപ്പോൾ കണ്ണ് വിടർന്നു. കടത്തനാട്ട് മാധവിയമ്മ യുടെ പേജായിരുന്നു അത്. പാഠം 26 ആരുനീ? മുച്ചിലോട്ട് സ്കൂളും വരമ്പും കാറ്റും കപ്പമാങ്ങാമണവും ഇരമ്പിയെത്തി. നാട്ടിപ്പാട്ടിന്റെ കൂടെ മണ്ണും മണത്തു. സജയ് കെ.വി.യെയും ദിവാകരൻ വിഷ്ണുമംഗലത്തെയും വിളിച്ച് ഫോണിൽ കേൾപ്പിച്ചു കവിത.

കടത്തനാട്ട് മാധവിയമ്മയുടെ ജന്മശതാബ്ദിവർഷത്തിൽ (2010) വടകരയിൽ വെച്ച് കവിയരങ്ങും അനുസ്മരണവുമുണ്ടായിരുന്നു. എം. മുകുന്ദനാണ് മുഖ്യപ്രഭാഷകൻ. സമസ്തകേരള സാഹിത്യപരിഷത്തും വടകരയിലെ സാഹിത്യവേദിയും ചേർന്ന സംഘാടനം. എം.വി. ബെന്നി വിളിച്ചു. പോവാതിരിക്കാൻ കഴിഞ്ഞില്ല. ദിവാകരേട്ടന്റെ കൂടെ (ദിവാകരൻ വിഷ്ണുമംഗലം) യുള്ള വടകരയാത്രയിൽ ഗ്രാമശ്രീകൾ നിറഞ്ഞു നിന്നു. സ്കൂളോർമ്മകളും ദൃശ്യങ്ങളും ക്രമം തെറ്റി അലോസരപ്പെടുത്തി. ഗ്രാമവിശുദ്ധി വഴിയുന്ന മലനാടൻമങ്കയുടെ മനമെഴുത്തിന്റെ ദീപ്തിയാണ് കടത്തനാട്ട് മാധവിയമ്മയുടെ കവിതകളെന്നും അനുഭവത്തോട് ഏകാഗ്രമായ ശ്രദ്ധയും മമതയും പുലർത്തിപ്പോന്ന ആ കവിതകൾ കാല്പനികസൗരഭത്തിനപ്പുറം പരുഷയാഥാർത്ഥ്യങ്ങളുടെ നേർക്കാഴ്ചകൾ കൂടിയാണ് എന്നും പ്രസംഗത്തിൽ നിറഞ്ഞത് ശ്രദ്ധിച്ചു. അതിഗൂഢം പിൻതുടർന്ന് കാലത്തെയും മറിക്കുന്ന സൗന്ദര്യം അതിനുണ്ട് എന്നതാണ് എന്റെ യനുഭവം. കടത്തനാട്ട് മാധവിയമ്മ എഴുതിയ ഗ്രാമശ്രീകൾ എന്ന കവിതയിൽ അനുഭവത്തിന്റെ പാടങ്ങളിൽ നിന്ന് ജീവിതം പഠിക്കുന്ന ഒരു തലമുറയെ നോക്കി 'ഏതൊരു വിശ്വവിദ്യാലയത്തിൽ നിങ്ങൾ പഠിച്ചു?' എന്ന് ചോദിക്കുന്ന ഒരു കാഴ്ചക്കാരിയെ കാണാം. എന്റെ സ്കൂൾ വരമ്പ് മുന്നിൽ വരികയാണ്. പഴയ തറവാട്ടിൽ നിന്ന് തനിക്കുള്ള വ്യത്യാസം കണ്ടുകൊണ്ട് 'നാണിച്ചു പോകുന്നു നീളൻകുട ചൂടി/ഞാനീ വരമ്പിൻ കൊതുമ്പിൽ നിൽക്കെ' എന്നാണ് അവർക്ക് തോന്നുന്നത്. ഞാറ് നടുന്ന സൗന്ദര്യ (ഗാന)ത്തെ കണ്ട് 'കൈവശമാക്കുവാനിക്കലാവൈഭവ-/മേതൊരദ്ധ്യാപകൻ കൂട്ടുനിന്നു?' എന്നു ചോദിക്കുകയാണ് അവർ. കലാഭിരുചിയുടെ (സർവ്വകലാശാലകൾ വന്നുകഴിഞ്ഞ) കാലത്തെ കലാസങ്കല്പത്തെ അവർ ഇങ്ങനെയാണ് വിളിച്ചുപറയുന്നതും. കലാസങ്കേതങ്ങളുടെ വരമ്പിൽ നിന്ന് നോക്കുമ്പോഴുള്ള അത്ഭുതമാണ് ഈ ചോദ്യം ചോദിക്കാൻ പ്രേരണയാവുന്നത്. ഒരു സ്കൂളിലും പഠിക്കാത്ത കലാസൗന്ദര്യത്തെ കണ്ടതുകൊണ്ടുത

ന്നെയാവണം നീളൻകുട ചൂടി നാണിച്ചുപോവുന്നതും. അനുഭവത്തിന്റെ മുന്നിൽ ജാള്യതകൾ മറക്കാൻ ഇത്തരം കുടകൾ ആവശ്യമാണുതാനും. നീളൻകുട ഔപചാരികതയുടെയും ആധുനികതയുടെയും അടയാളമാവുന്നതും ഓലക്കുടയും കൊരമ്പയും നാടൻപാട്ടും പ്രാദേശികതയുടെ (ഒരു സ്കൂളിലും പോവാത്ത അനൗപചാരികതയുടെ) അടയാളമാവുന്നതും കലാവായനകൾ തന്നെ. കന്നിനെൽക്കണ്ടമുഴുതുമറിക്കുന്നതും മണ്ണിൻ പുതുമണം പൊങ്ങിടുന്നതും ആ കാഴ്ചയുടെ അനുഭവമാകുന്നുണ്ട്. അപ്പോഴും 'ഉണ്ണിക്കതിരോന്റെ പൊൻനുകപ്പാടേറ്റു/വിണ്ണിൻ വിളിപ്പാടും ചോന്നിതല്ലോ!' എന്ന കാഴ്ചയ്ക്കാണ് കവയിത്രി സവിശേഷ ഊന്നൽ നൽകിയിട്ടുള്ളത്. ആദ്യം ശ്രദ്ധയിൽപ്പെട്ടത് ഈ കാഴ്ച തന്നെയാവണം. ഒരു ചിത്രത്തിലെ വിദൂരത കാണാൻ കഴിയുന്ന വീക്ഷണകോണും കാഴ്ചവട്ടവുമാണിത് എന്ന് എന്നിലെ ചിത്രം മാഷ് പറയുന്നു.

പ്രകൃതിദൃശ്യം കാണുമ്പോൾ ആദ്യം കണ്ണിൽ പതിയുക ആകാശവും വിദൂരതയും തന്നെ. ബാലസൂര്യനെ ഉണ്ണിക്കതിരോൻ എന്നു പറയുകവഴി ഉണ്ണിക്കണ്ണനേയും നീലയേയും ഉല്പാദിപ്പിക്കാനാവുന്നുണ്ട്. കാർവർണ്ണനായും കടൽവർണ്ണനായും ശ്രീകൃഷ്ണൻ ആഴത്തിലും പരപ്പിലും നമ്മുടെ പാരമ്പര്യത്തിലുണ്ട്. ആകാശത്തിന്റെ നീലിമയെ സ്പർശിക്കുന്ന പ്രകാശത്തിന്റെ വെട്ടം (ചിത്രകലയിൽ പ്രകാശവും ഒരു നിറമാണ്) വെള്ള/മഞ്ഞയിൽ നിന്നും ചോപ്പിലേക്ക് ഒലിച്ചിറങ്ങുകയാണ്. കതിരിനെ പൊൻനുകമായി വരച്ചുവെക്കുമ്പോൾ അതിന്റെ കീറലിൽ ചോന്ന വിണ്ണിന്റെ ദൃശ്യത്തിന് ചാരുതയേറുന്നു. ഇതിനൊക്കയപ്പുറം ഈ വർണ്ണബിംബങ്ങൾക്ക് ബാലനായ ശ്രീകൃഷ്ണന്റെയും ബലരാമന്റെയും ലീലകൾ കൊണ്ട് നിഷ്ക്കളങ്കതയുടെ ആകാശക്കാഴ്ചയൊരുക്കാൻ കഴിയുന്നുണ്ട്. പെണ്ണുങ്ങളുടെ ചൊല്ലുവിളിക്കലുകൊണ്ട് അവിടം ചോന്നിരുന്നു!

ആകാശക്കാഴ്ചയിൽ നിന്നും കാഴ്ചവട്ടം വേലിത്തലപ്പിലേക്കാണ് പോകുന്നത്. പച്ചിലച്ചാർത്തുകളിൽ ഓലക്കിളിയുടെ ചിലപ്പിനെ വരച്ചശേഷം ചിത്രത്തിന്റെ കേന്ദ്രത്തിലേക്ക് പ്രവേശിക്കുന്നു കവയിത്രി. ചെന്നിക്കൽ കെട്ടിച്ചെരിച്ചുനിറുത്തിയ കുന്തളങ്ങളിൽ തുമ്മാൻ ചെരുതിയതും ഉടുപുടുവതുമ്പുകൾ ഒന്ന് മേലാക്കം കയറ്റിക്കുത്തി കാല് പുതയുന്ന വരമ്പത്തെ പാഴ്ച്ചളിയിൽ താമരപ്പൂക്കൾ വിടർത്തിക്കൊണ്ട് 'ജഘനഭരാലസമന്ദഗമനകളായ' ഗ്രാമശ്രീ (സ്ത്രീ)കളാണ് ചിത്രത്തിന്റെ പ്രധാന വിഷയം.

ആകാശവും ഓലക്കിളിയും കഴിഞ്ഞ് സ്ത്രീചിത്രത്തിലേക്കെത്തുമ്പോഴും വരയുടെ കാഴ്ചതന്നെയാണ് കാണുക. മുടിക്കെട്ട്, അരക്കെട്ട്, ഉടുപുടുവക്കുത്തിന്റെ ഭംഗി, ജഘനഭാരം, കാലുകൾ, താഴെയുള്ള പാഴ്ച്ചെളി, അതിൽ വിരിഞ്ഞുനിൽക്കുന്ന താമരപ്പൂവ് - ഇത്രയും ദൃശ്യങ്ങൾ മന്ദഗമനകളായതുകൊണ്ടുതന്നെ കണ്ടുനീങ്ങുന്ന കാഴ്ചക്കാരനും പെട്ടെന്ന് സൂക്ഷ്മതയുടെ കാഴ്ചനുകരാനാവുന്നുണ്ട്. നേരത്തെ കണ്ട ആകാശക്കാഴ്ചയുടെ സൂക്ഷ്മതയ്ക്ക് പുതിയൊരനുഭവം നൽകുകയാണ് ചിത്രകാരി. നീലനിറത്തിൽ കുളിർത്ത പൂമേനിയിൽ സൂര്യകിരണതുടിപ്പുമേന്തിനിന്ന ആകാശം - പെണ്ണുങ്ങളുടെ ചൊല്ലുവിളികൊണ്ട് ചോന്ന അവിടം - മഞ്ഞുമാലകളണിഞ്ഞുനിൽക്കുന്ന കുളിർക്കുന്ന കാഴ്ച-യാണ് തുടർന്നുവരുന്നത്. അനേകം നിറങ്ങളുടെ സമ്മേളനമായ പ്രകൃതിയിൽ ഒരുനിറം മറ്റൊരു നിറവുമായി എങ്ങനെ ചേരുന്നുവെന്ന് ഈ ചിത്രം കൃത്യമായി പറഞ്ഞുവെക്കുന്നുണ്ട്. അത് അനുഭവത്തിന്റെ ചേരുവയാണെന്ന് മനസ്സിലാക്കാൻ ഒരു പ്രയാസവുമില്ല. ഉണ്ണിക്കതിരോന്റെ പൊൻനുകപ്പാടേറ്റ് വിണ്ണിൻ വിളിപ്പാട് ചോന്നതും, നീലനിറത്തിൽ കുളിർത്ത പൂമേനിയിൽ സൂര്യകിരണത്തുടിപ്പേന്തി നിന്നതും ഇവിടെ പ്രവർത്തനോദ്ദീപമായ മാനസ്സീകാവസ്ഥ മാത്രമാവുകയാണ്. യൂറോപ്പിലെ ഇംപ്രഷനിസ്റ്റ് ചിത്രങ്ങളുടെ കേരളീയ പരിപ്രേക്ഷ്യമാവുകയാണ് ഈ കവിത. ഓരോ ദേശത്തും അവിടുത്തെ സവിശേഷതകളാൽ ചില പ്രത്യേകനിറങ്ങൾ ദൃശ്യത്തിലും സംസ്കാരത്തിലും അധികമായി സ്വാധീനം ചൊലുത്തുന്നത് കാണാം. നീലനിറത്തിൽ കുളിർത്ത പൂമേനിയും (ശ്രീകൃഷ്ണൻ) ആ സന്ദർഭത്തിലെ പെണ്ണുങ്ങളുടെ ചൊല്ലുവിളിയും മഞ്ഞുമാലകളും വ്യത്യസ്തങ്ങളായ മാനമുണ്ടാക്കുന്നുണ്ടല്ലോ കവിതയിൽ. അതുകൊണ്ടുതന്നെ വർണ്ണങ്ങളിൽ കുളിച്ചുനിൽക്കുന്ന പ്രകൃതിയല്ല ഈ പ്രാദേശിക ഇംപ്രഷനിസ്റ്റ് ചിത്രത്തിൽ കാണുന്നത്. പച്ചിലക്കൂട്ടവും പാടവും മാടവും ചക്രവാളാന്തവുമെല്ലാം കാഴ്ചവട്ടത്തിന്റെ (ജല്യൂലശേല) സംവിധാനഭംഗിയൊരുക്കി സമ്പന്നമായ ഒരു അനുഭവം തരുന്നുണ്ട്.

തീർന്നില്ല ചിത്രം. കാഴ്ചയുടെ ഒരു ഘട്ടം തീർന്നപോലെ അവിടെയൊന്ന് നിന്നശേഷം (അടുത്ത ഖണ്ഡികയിലാണ് കവിത തുടരുന്നത്) കിക്കിളികൂട്ടിയുഴവുചാലിൽക്കൂടി 'പൊക്കിള' പൊന്തുന്നതും മന്ദമിറങ്ങി നിലക്കൊള്ളുന്ന പെണ്ണുങ്ങളുടെ കൈകൾ ഞാറിൽ പണിയവേ കാൽകൾ ചളിയിൽ കുതിക്കുന്നതും താഴെ വയലിൽ നിരനിരയായി നീലത്താമരകൾ വിരിയുന്നതും കാണിച്ചുതരുന്നുണ്ട് ഈ ചിത്രം. ബാഹ്യപ്രകൃതിയുടെ

നൈമിഷികമൂല്യങ്ങളും പ്രകൃതിയുടെ ഓരോ നിറക്കാഴ്ചയും വ്യത്യസ്ത വർണ്ണങ്ങളിലാവിഷ്ക്കരിക്കുന്ന ഈ ഇംപ്രഷനിസ്റ്റ് ചിത്രത്തിനുമുന്നിൽ, വെറും തൂലികാസാഹചര്യങ്ങൾ കൊണ്ട് നൊന്തുമരവിച്ച എഴുത്തിന്റെ / വരയുടെ വിരലുകളെക്കൊണ്ട് ഭക്തിപൂർവ്വം അഞ്ജലിയർപ്പിക്കുകയാണ് കവി. ഏതൊരു കലയും പൂർണ്ണമാവുന്നതോടെ കലാകാരൻ പുറത്താവുന്ന ചിന്തയെ ചൂണ്ടിക്കൊണ്ടാണ് 'ഗ്രാമശ്രീകൾ' പൂർണ്ണമാവുന്നത്. എഴുത്തുകാരനെ മാറ്റിപ്പാർപ്പിക്കുന്ന ഇത്തരം വിരൽത്തുമ്പാണ് നാട്ടിന്റെ നന്മകൾ കൊയ്യുന്നത് എന്ന കണ്ടെത്തൽ നവലോകത്തിന്റെ ഉൾനിലങ്ങളെയാണ് കാട്ടിത്തരുന്നതും.

■

തിരിച്ചുകൊടുത്തുകൊണ്ടേയിരിക്കുന്ന വിസ്മയങ്ങൾ

മലയാളകവിതയിലെ വിത്തും വിതയും എന്ന പ്രമേയത്തെ മുൻനിർത്തി ഒരന്വേഷണം

പ്രകൃതിയെക്കുറിച്ചും പരിസ്ഥിതിയെക്കുറിച്ചും ഉള്ള അവബോധം ഭാരതീയ സാഹിത്യത്തിന്റെ അന്തർധാര തന്നെയാണ്. ഹേ, ഭൂമി! ഞാൻ നിന്നിൽ നിന്ന് എടുക്കുന്നത് എന്തോ അതു വേഗം വളർന്നുവരട്ടെ. പാവനയായവളേ, ഒരിക്കലും ഞാൻ നിന്റെ ഹൃദയത്തെ പിളർക്കാതിരിക്കട്ടെ എന്ന് വിനയത്തോടെ പറയുന്ന വേദമൊഴി(യത്തേ ഭൂമേ, വിഖനാമേ, ക്ഷിപ്രം തദപി രോഹതു)കാവ്യ പാരമ്പര്യമായിത്തന്നെ നമ്മുടെ മുന്നിലുണ്ട്. എഴുത്തും എഴുത്താണിയുമൊക്കെ കണ്ടുപിടിക്കുന്നതിനു മുമ്പു തന്നെ മനുഷ്യൻ 'ഉർവ്വിയെ പുഷ്പിക്കുന്ന കല' തന്റെ സർഗ വ്യാപാരമാക്കി മാറ്റിയിരുന്നു. പ്രകൃതിയെ കീഴടക്കാതെ സ്വയമങ്ങ് കീഴടങ്ങാതെ കൃഷിക്കാരൻ സ്വന്തം അസ്തിത്വത്തിന് പുതിയ അർത്ഥതലങ്ങൾ കണ്ടെത്തുകയും ഭാഷയെത്തന്നെ പുഷ്പിണിയാക്കുകയും ചെയ്തു. പാട്ടുകളായും ശൈലികളായും പഴമൊഴികളായും നാടൻ ചൊല്ലുകളായും കടങ്കഥകളായും നർമ്മോക്തികളായും എത്രയെത്ര ധന്യതകളാണ് കൃഷിയിലൂടെ ഭാഷ മുളപ്പിച്ചത്! ഭൂമിയുടെ കഴിഞ്ഞുപോയ എല്ലാ പരിണാമങ്ങളെയും ഭാഷ വഹിക്കുന്നു എന്നുപറയുന്നത് വിത്തിന്റെ നിർവ്വചനം കൂടിയാണ്. മനുഷ്യ ചരിത്രത്തിന്റെ പരിണാമവും ഭാവിചരിത്രത്തിന്റെ ഊർജ്ജവും ഉൾക്കൊള്ളുന്ന ഒന്നാണത്. പരിശുദ്ധ ജ്ഞാനം ഞാൻ വിത്തായി വിതക്കുന്നു. എന്റെ സദ് വൃത്തികൾ മഴയായി അവയെ നനയ്ക്കുന്നു എന്ന് ബുദ്ധന്റെ ജീവചരിത്രം എഴുതിയ തിച്ച്

നാത്ഹാൻ പറയുന്നത് പച്ചയുടെ ഈ തണൽ ജീവന്റെ അത്ഭുതങ്ങളിൽ ഒന്നാണ് എന്നുതന്നെയാണ്. മനുഷ്യവിജ്ഞാനത്തിന്റെ മാത്രമല്ല പ്രകൃതിയുടെ തന്നെ വിജ്ഞാനത്തിന്റെ സമ്മേളിത രൂപമാവുകയാണത്. വന്ദന ശിവ പറഞ്ഞതുപോലെ ഏതിൽ നിന്നാണോ ജീവൻ കാലങ്ങളോളം എക്കാലത്തേക്കുമായി സ്വയം ഉത്ഭവിക്കുന്നത്, അതാണ് വിത്ത്. പ്രകൃതിയിൽ നിന്നെടുക്കുന്നത് പ്രകൃതിക്കുതന്നെ തിരിച്ചുകൊടുത്ത ഈ ചാക്രിക ബന്ധത്തെ നമ്മുടെ നാടൻപാട്ടുകളൊക്കെ ഏറെ പാടിനടന്നിട്ടുണ്ട്.

'അരിവാളരിവാളെവിടെണെ പെണ്ണേ
കടവാങ്കോട്ടെ പെണ്ണമ്മേ?'

എന്ന നാടൻ പാട്ടിൽ അരിവാൾ ചാമ കൊയ്യാൻ കൊണ്ടോയതും, ചാമ കഞ്ഞിവെച്ചതും, കഞ്ഞി കൂളൻ കുടിച്ചതും കൂളൻ ചാണോനിട്ട് കിടന്നതും

'ആ ചാണോനല്ലേ ഞാങ്ങള്
ചാമക്കണ്ടത്തിലിട്ടത്'

എന്നും പാടുമ്പോൾ പ്രകൃതിയുടെ നിറവിലേക്ക് ഒരു വിത്ത് സംസ്കാരത്തിലേക്ക് തന്നെയാണ് സഞ്ചരിക്കുന്നത് കാണാം. 'പ്രകൃതിയുടെ അടിസ്ഥാന സ്വഭാവത്തിന് വിരുദ്ധമായ യാതൊരു പ്രവൃത്തിയും ചെയ്യരുത്, ചെയ്യരുതാത്ത പ്രവൃത്തികൾ ഒരിക്കലും ചെയ്തുകൂടാ' എന്ന വയസ്സൻ ശാസ്ത്രജ്ഞന്റെ ശബ്ദം (ലിഗ്ഷാൻ എന്ന ചൈനീസ് ആഖ്യായിക) നമ്മൾ പ്രകൃതിയിൽ നിന്നും അന്യരല്ലാ എന്നതുതന്നെയാണ് കേൾപ്പിക്കുന്നത്. ഇങ്ങനെയുള്ള ഹരിതബോധത്തെ വംശവൃക്ഷം, വനദേവത, ഗ്രാമദേവത തുടങ്ങിയ സങ്കല്പങ്ങളിലൂടെ നമ്മുടെ സംസ്കൃതി ആഴത്തിൽ വേരോട്ടം നടത്തിയിട്ടുമുണ്ട്. ഇത്തരം പച്ചപ്പിനു മുകളിലാണ് കോളനിവത്ക്കരണത്തിന്റേയും ആഗോളവത്കരണത്തിന്റെയും ധൃതരാഷ്ട്രവേരുകൾ ആഴ്ന്നിറങ്ങിയത്. ഏതേതുദേശങ്ങളിൽ സംസ്കാരം ആവിർഭവിച്ചോ, ആ രാജ്യങ്ങൾ ആരംഭം തൊട്ടേ ഇരകളും അവരെ 'കണ്ടെത്തി'യവർ വേട്ടക്കാരുമായി ചരിത്രത്തിൽ. ഭൂമി വന്ധ്യമാണെന്ന ധാരണയിലധിഷ്ഠിതമായ ഹരിതവിപ്ലവ വിത്തുസങ്കല്പമായിരുന്നില്ല നമ്മുടെ പാരമ്പര്യത്തിന്റേത്. 1950കളിൽ പുറത്തുവന്ന റേച്ചൽ കഴ്സന്റെ 'നിശബ്ദ വസന്ത'മാണ് ലോകത്തെ പാരിസ്ഥിതിക ജാഗ്രതയിലേക്ക് ഉണർത്തിയത്. 'സൈലന്റ് സ്പ്രിങ്ങി'ന്റെ സന്ദേശം ഒരു തരത്തിൽ വിത്തുസംസ്കാരം അധിനിവേശത്തിനിരയാകുന്നതുതന്നെയാണ്. എന്നാൽ 1980കളിൽ സൈലന്റ് വാലി പ്രക്ഷോഭത്തോടുകൂടി

യാണ് മലയാള കവിതകളിൽ ഒരു വിത്തുസംസ്കാരം/പാരിസ്ഥിതിക ബോധം കടന്നുവരുന്നത് (ഹരിതബോധം നമ്മിൽ കുടിയേറുന്നതിന് എത്രയോ മുമ്പുതന്നെ 1950കളിൽ പി.യും ഇടശ്ശേരിയും വൈലോപ്പിള്ളിയും പാരിസ്ഥിതിക കവിതകളിലൂടെ വിത്തുസംസ്കാരത്തിന്റെ ഭാവി പ്രവചനം നടത്തിയിരുന്നു). നാം പ്രകൃതിയിൽ നിന്നും അന്യരാണ് എന്ന മിഥ്യാബോധത്തെ അകൽച്ചയെ അതിജീവിക്കുക എന്ന ആഗ്രഹത്തിന്റെ ആഴമാണ് അത്തരം കവിതകളെല്ലാം.

വിത്ത് ഒരേസമയം ഉത്പാദനോപാധിയും ഉത്പന്നവുമാണ്. വിളയിറക്കലും വിത്തുല്പാദനവും നടത്തുന്ന കർഷകൻ ലളിതമായ തന്റെ ജൈവപ്രക്രിയയിലൂടെ വിത്ത് മുതലാളിത്ത താല്പര്യങ്ങൾക്ക് പ്രതിബന്ധങ്ങൾ സൃഷ്ടിക്കുകയാണ് ചെയ്യുന്നത്. സംസ്കാരത്തിന്റെ നിണംമോന്തുന്ന വിത്തുകൾ എന്ന് ശീമവിത്തുകളെ പരിഹസിച്ച പി. കുഞ്ഞിരാമൻ നായരുടെ കാലത്ത് 'മോൺസാന്റോ' ഉണ്ടായിരുന്നില്ല. അന്തകവിത്തുകൾ സങ്കല്പങ്ങളിൽപോലും കടന്നുവന്നിരുന്നില്ല. 'തോക്കും വാളും കാട്ടി മതം മാറ്റുന്ന മണ്ണിനെ' (കാലവർഷമേ നന്ദി/1966) എന്ന സാക്ഷാത്കാരത്തിലൂടെ എത്ര സാരഗർഭമായാണ് പി. ഇതേക്കുറിച്ച് വാചാലനായതെന്ന് ഓർക്കുക.

എല്ലു തല്ലി നുറുക്കുവാൻ
പാഞ്ഞെത്തും കൃഷിയന്ത്രങ്ങൾ

ചീറിപ്പായുന്ന പാതയിൽ (കാലവർഷമേ നന്ദി/1966) നാടിനു ചേർന്ന ഒരു വികസന പരിപ്രേക്ഷ്യം തന്റേതായ രീതിയിൽ അവതരിപ്പിക്കുകയെന്ന ദുഷ്കര കൃത്യമാണ് പി. തന്റെ കവിതയിലൂടെ ചെയ്തത്. 'വികസനം വികസനം യന്ത്രവികസനം' നാടിനെ വന്നുമൂടുമ്പോൾ മനുഷ്യൻ പ്രകൃതിയുമായി സമരസപ്പെട്ടു പോകേണ്ടതിന്റെ അനിവാര്യതയിൽ ഊന്നിനിൽക്കുന്ന ഒരു ദർശനമായി പി. കവിതകളുടെ അന്തർധാര. കാറ്റും വെളിച്ചവും പോലാണുഭൂമിയും നേട്ടത്തിനേവരും തുല്യാവകാശികൾ എന്ന് പി. പറയുമ്പോൾ

മർത്ത്യനും മൃഗവുമീ വൃക്ഷവും നക്ഷത്രവും
പട്ടുനൂലൊന്നിൽ കോർക്കപ്പെട്ടുള്ള മണികളാം
ക്ഷിപ്രമിച്ചരാചരമൊന്നായിത്തളർന്നു പോ-
മിപ്രപഞ്ചത്തിൻ ചോര ഞരമ്പൊന്നറുക്കുകിൽ

എന്ന വരികളിൽ കടന്നുപോകുമ്പോൾ മനുഷ്യപ്രകൃതിയുടെ പാരസ്പര്യഭൂമിക എത്രമാത്രം ഊർജ്ജപ്രവാഹമാർന്നതാണെന്നു

തെളിയുന്നുണ്ട്. സംസ്കാരത്തിന്റെ ഈ മുദ്ര ജീവൻ എന്ന പ്രതിഭാസവുമായി ബന്ധപ്പെട്ടുനിൽക്കുന്നതുതന്നെ. പ്രകൃതിയോടടുക്കലാണത്. പ്രകൃതിയുടെ നിയമങ്ങൾക്കനുസരിച്ച് ജീവിക്കലും സ്വയം പ്രകൃതിയിലെ ഭാഗം മാത്രമാണെന്ന് അംഗീകരിക്കലുമാണത്. 'വിത്തറ്റകൃഷി'യിൽ (1966നു മുമ്പ് എഴുതിയത്. 1966ൽ ഇന്റർ നാഷണൽ റൈസ് റിസർച്ച് ഇൻസ്റ്റിറ്റ്യൂട്ട് ഇറക്കിയ IR8 ഇന്ത്യയിലെത്തി. ഇന്ത്യൻ നെല്ലിനങ്ങളിൽ ജാപ്പനീസ് കുള്ളൻ ഇനത്തിന്റെ ജീനുകൾ സന്നിവേശിക്കപ്പെട്ടു.) പാടത്തിനൊത്ത നടുക്കെന്തേ നിൻനിലം/പാഴ്മരുഭൂമിയായ്ക്കേഴുവാൻ? എന്നാണ് ചോദിക്കുന്നത്. കന്നും വളവും വേട്ടപെണ്ണിന്റെ തുണയും മഴയും എല്ലാമുണ്ടായിട്ടും 'വിത്തെടുത്തുണ്ടുപോയീയാണ്ടിൽ!' എന്ന മറുപടിയിൽ

മർത്ത്യനിപ്പാരിൽ കൃഷിചെയ്യും-മർത്ത്യൻ-തൻ
വിത്തെടുത്തുണ്ണും കൃഷിക്കാരൻ!

എന്ന ഗദ്ഗദപ്പെടലിൽ തന്റെതന്നെ (മർത്ത്യന്റെ തന്നെ) വിത്തെടുത്തുണ്ണുന്ന കൃഷിക്കാരൻ എന്ന ഉൾക്കാഴ്ച ഹൃദയവുമായി സംവദിക്കുന്ന സൗന്ദര്യാത്മകതയ്ക്കപ്പുറം ബുദ്ധിയെ സ്പർശിക്കുന്ന പരിസ്ഥിതി ബോധത്തിലേക്ക് നമ്മെ കൂട്ടിക്കൊണ്ടുപോവുന്നുണ്ട്. വിത്താണ് മനുഷ്യന്റെ വളം. മനുഷ്യനെ വളർത്തുന്നത്. ഈ നിലനില്പിന്റെ വിത്താണ്-തന്റേതന്നെ-നിലനിൽപിന്റെ വിത്താണ് മനുഷ്യൻ ഉണ്ണുന്നത് എന്ന ഉൾക്കാഴ്ച ഉണ്മയുടെ പച്ചപ്പിലേക്കാണ് കൊണ്ടുപോകുന്നത്. എഴുത്തുകാരൻ എഴുതിത്തള്ളുന്നതിലെല്ലാം അവനറിയാതെ സ്വന്തം വിരലടയാളം പതിയുന്നു എന്ന് ഈ കവിതയുടെ ആമുഖത്തിൽ പറയുന്നുണ്ട്.

ഈ മണ്ണിന്റെ മണം പെറ്റ
കൊച്ചു കർഷകനാണു ഞാൻ
പ്രകൃത്യംബതരും കഞ്ഞി
കുടിച്ചുകഴിയുന്നവൻ

എന്ന് സ്വന്തം സ്വത്വത്തെക്കുറിച്ച് കവി നടത്തുന്ന പ്രഖ്യാപനം വിത്ത് സംസ്കാരത്തിന്റെ വിളംബരഭൂമികകൂടിയാവുകയാണ് യഥാർത്ഥത്തിൽ ചെയ്യുന്നത്.

'ജീവിത ഹരിത സുഖസ്വപ്നവുമായി-
പോരുകപോരുക വിത്തുകളേ'

എന്ന് കർഷകനൃത്തത്തിൽ (1957) പാടുന്ന ഇടശ്ശേരിയുടെ പക്ഷം മനുഷ്യനന്മയായിരുന്നു. ആ ഇക്കോളജിയിൽ 'പഴകിയ ചാലുകൾ മാറ്റുക' എന്ന ഹ്യൂമനിസ്റ്റ് വ്യൂ ഉണ്ടായിരുന്നുവെങ്കിലും

മനുഷ്യനന്മയ്ക്കായി ആ വിശ്വാസവും മാറ്റാൻ 'നഷ്ട സങ്കല്പം' (1970) പോലുള്ള കവിതകൾക്കായി. തന്റെ ചെറുപ്പകാലം കഴിച്ചുകൂട്ടിയ നാടുവാഴിത്തത്തിന്റെയും ജന്മിത്തത്തിന്റെയും കാലഘട്ടം കർഷകരെയും തൊഴിലാളികളെയും മനുഷ്യരായി അംഗീകരിക്കാൻ കൂട്ടാക്കാത്തവരുടെ വിളയാട്ടക്കാലമായിരുന്നു ഇടശ്ശേരിക്ക്. വിത്തുസംസ്കാരത്തിന്റെ മുകളിൽ പടിഞ്ഞാറു നിന്നും വ്യാവസായികയുഗം തിരനോട്ടം നടത്തിയപ്പോൾ മനുഷ്യർ തമ്മിലുള്ള അന്തരം ഇല്ലാതാക്കാൻ കഴിയുമെന്ന പുതിയ പ്രതീക്ഷകൾ നാമ്പിട്ടു. റോഡും പാലങ്ങളും ഗ്രാമങ്ങളെ നഗരങ്ങളോടടുപ്പിച്ചു. വാർത്താവിനിമയ വിപ്ലവം ലോകത്തെ ചെറുതാക്കിയതും മനുഷ്യർ തമ്മിലുള്ള അന്തരം കുറഞ്ഞതായി അനുഭവപ്പെട്ടതും ഇടശ്ശേരിയെ 'ശക്തിയുടെ കവി'യായി വളർത്തി. ഇവിടെ മറ്റൊരു കാര്യം കൂടി പറയേണ്ടതുണ്ട്. കൃഷിഭൂമിയെന്നല്ല വനഭൂമിപോലും ജന്മിമാരുടെ സ്വകാര്യ സ്വത്തായപ്പോൾ പാടത്ത് പണിയെടുത്തിരുന്ന നിറഞ്ഞ കർഷകരെ അവർ തങ്ങളുടെ സുഖഭോഗ ലീലാവിലാസങ്ങൾക്കായി പിഴിഞ്ഞെടുക്കുകയും ചെയ്തു. കൃഷിഭൂമിയിൽ ഉടമസ്ഥാവകാശമോ അതുകൊണ്ടുതന്നെ താല്പര്യമോ ഇല്ലാതിരുന്ന കർഷകർ വിളയിക്കാവുന്നിടത്തോളം വിളയിക്കുകയെന്നത് ഒരു കൃഷിരീതിയാക്കിമാറ്റി. നൂറ്റാണ്ടുകൾതന്നെ ഈ രീതി തുടർന്നപ്പോൾ ഭൂമിയുടെ ഉത്പാദന ശേഷി കറവറ്റ പശുവിന്റെ അവസ്ഥയിലായി. നാം സ്വാതന്ത്ര്യം നേടിയ സമയത്ത് നമ്മുടെ കൃഷിരീതിയുടെ സ്ഥിതി ഇങ്ങനെയും ആയിരുന്നു. ഇതിനുമുകളിലാണ് പാടത്തിനൊത്ത നടുക്കെന്തേ നിൻ നിലം പാഴ്മരുഭൂമിയായ് കേഴുവാൻ എന്ന കുഞ്ഞിരാമൻ നായർ ചോദ്യവും മുഴങ്ങിയത്. കുറ്റിപ്പുറം പാലം (1954) എന്ന പ്രസിദ്ധ കവിതയുടെ പൂർവ്വാർധത്തിൽ മർദ്ദിതന്റെ പീഢാനുഭവങ്ങളിലൂടെ കടന്നുപോയ ഇടശ്ശേരിയെന്ന ഹ്യൂമനിസ്റ്റ് ഉരുക്കിലും കോൺക്രീറ്റിലും പിറന്നുവീണ പുതുയുഗത്തിന്റെ പിറവികണ്ട് സ്വയം ആഹ്ലാദിക്കുമ്പോൾത്തന്നെ കവിതയുടെ ഉത്തരാർധത്തിൽ പുതുയുഗത്തിന്റെ ഉണ്ണിക്കണ്ണൻ ദംഷ്ട്രകളും വിഷപ്പല്ലുകളുമുള്ള നവയുഗരാക്ഷസനായി പകർന്നാടുന്നത് ദീർഘദർശനം ചെയ്യുകയാണ്. പാലം അടയാളപ്പെടുത്തുന്ന മനുഷ്യനേട്ടത്തെ അംഗീകരിക്കുന്നതോടൊപ്പം തന്നെ പിറവിതൊട്ട് തന്റെ കൂട്ടുകാരിയായ ഗ്രാമലക്ഷ്മി അകലേക്ക് മാഞ്ഞുപോവുന്നത് അകക്കണ്ണുകളിൽ കണ്ട് കവിയുടെ മനസ്സ് അസ്വസ്ഥമാകുന്നു. ജൈവികതയുടെ പിടച്ചിലാണത്.

പൂതപ്പാട്ടിൽ (1953) അമ്മ ഉർവ്വരതയും പൂതം ഊഷരതയുമാ

വുന്ന കാഴ്ചയാണുള്ളത്. ആറ്റിൻവക്ക് ഉർവ്വരതയുടെ സ്ഥലരാശിയും പറയൻകുന്നിന്റെ പാറക്കെട്ടുകൾ ഊഷരതയുടെ സ്ഥലരാശിയായും മാറുന്നു. പാറപ്പുറത്ത് വീണ വിത്തുകൾ മുളക്കില്ല. അതുകൊണ്ടാണല്ലോ പുഴത്തീരത്തെ വിത്തിനെ (ഉണ്ണിയെ) കട്ടെടുക്കേണ്ടിവരുന്നത്. പുതിയ വിത്തുകമ്പനികൾ ഉർവ്വരമായ മണ്ണിന്റെ ഉണ്ണികളെ തട്ടിയെടുക്കാനാണ് ശ്രമിക്കുന്നത്. ഊഷരഭൂമികളിലെ വിത്തുഭീമൻമാർ മായക്കാഴ്ചകളുമായി കാത്തിരിക്കുമ്പോഴും ഒരുപിടി വിത്തെങ്കിലും ചുരക്കാത്തൊണ്ടിലൊളിപ്പിച്ച് കാത്തുവെക്കുന്ന നാട്ടുകർഷകൻ 'ഇതിലും വലിയതാണെന്റെ പൊന്നോമന'യെന്ന് നങ്ങേലിയുടെ ദൃഢതയ്ക്ക് പുതിയ രൂപകം ചമയ്ക്കുന്നു. വിത്തുസംരക്ഷണം അതിജീവനത്തിന്റെ പുതിയ പൂതപ്പാട്ടുതന്നെയാണ് പാടുന്നത്.

'നെല്ലുകുത്തിപ്പാറുവിന്റെ കഥ'(1954) യിലാണ് ആ വിത്ത് സംസ്കാരത്തിന്റെ രാഷ്ട്രീയം നിറഞ്ഞുനിൽക്കുന്നത്. നാടുവാഴിത്തത്തിൽ നിന്ന് മുതലാളിത്തത്തിലേക്കുള്ള മാറ്റം വറവുചട്ടിയിൽ നിന്ന് എരിതീയിലേക്കുള്ള സ്ഥാനം മാത്രമാണെന്ന് കണ്ടെത്തുന്നു. റൈസ് മില്ലിലും മറ്റും അന്ന് തുടങ്ങിയ സംരംഭങ്ങൾ ഇന്ന് മൾട്ടിനാഷണലുകളുടെ സർവ്വതന്ത്ര സ്വതന്ത്രമായ തേർവാഴ്ചയിലും നിൽക്കാതെ കുതിക്കുകയാണ്. പരിധിയില്ലാത്ത ഉദ്പാദനവും പരിധിയില്ലാത്ത ഉപഭോഗവും വ്യവസായിക യുഗമുണർത്തിയ പ്രതീക്ഷയുടെ തകർച്ചയും നെല്ലുകുത്തിപ്പാറുവിന്റെ കഥയിൽ കൂടുതൽ സ്പഷ്ടവും കഠിനവും മൂർത്തവും ശക്തവുമായും വരുന്നു. അന്ന് നെല്ലുകുത്തിപ്പാറുമാർ ഒരധികപ്പറ്റായിരുന്നു. പുതിയ പുതിയ വികസന മാതൃകകൾ വരുമ്പോൾ പഴയത് ഒന്നുമല്ലാണ്ടാവുന്നതുപോലെ ഇന്ന് നെല്ലുകുത്തിപ്പാറുമാർ ഇല്ലാതായി. (റൈസ് മില്ലുകളിൽ നെല്ലുകുത്തുമ്പോൾ 78% ഇരുമ്പും 80% സിങ്കും 70% നാരും നഷ്ടപ്പെടുന്നുണ്ടെന്ന് കണക്കുകൾ പറയുന്നു.) പോഷകം നഷ്ടപ്പെടുത്തുന്ന ഇത്തരം വികസനം കൂടിക്കൂടി നെല്ലുപോലും ഇല്ലാണ്ടാവുന്ന പുതിയകാലത്ത് അടിസ്ഥാനപരമായ നെല്ലിന്റെ നന്മയുടെ വെളിച്ചമെങ്കിലും ബാക്കിയാവണം എന്ന ചിന്തയാണ് വിത്തിന്റെ രാഷ്ട്രീയത്തിൽ നിലനിൽക്കുന്നത്.

മനുഷ്യനും പ്രകൃതിയും തമ്മിലുള്ള പരസ്പര ബന്ധം അഭംഗുരം നിലനിർത്തുന്നതിലൂടെ ജീവസംസ്കാരത്തിന്റെ പോഷണത്തെ ജീവിതത്തിന്റെ ഭൗതികവും നൈതികവുമായ സുസ്ഥിതിയിലൂടെ എങ്ങനെ പാലിക്കാം എന്ന അന്വേഷണമാണ് വൈലോ

പ്പിള്ളി തന്റെ കാവ്യസപര്യയിലൂടെ ദീർഘകാലം നടത്തിക്കൊണ്ടിരുന്നത്. വിഷുക്കണി (1961) എന്ന കവിതയിൽ

കീഴടക്കുന്നൂ പോലും മനുജൻ പ്രകൃതിയെ!
കീഴടക്കാതെ, സ്വയമങ്ങു കീഴടങ്ങാതെ
അവളെ സ്നേഹത്തിനാൽ സേവിച്ചുവശയാക്കി,-
യരിയ സഖിയാക്കി വരിച്ചു പാലിക്കുകിൽ
നാം ഭുജിക്കില്ലേ, നിത്യമാ വരദയോടൊത്തു
ദാമ്പത്യസുഖംപോലെ കായ്മുറ്റുമൊരു സുഖം?

ഇത് വളരെ സ്പഷ്ടവുമാണ്. 'മനുഷ്യന്റെ ആത്മീയമായ ആരോഗ്യത്തിൽ നിന്നാണ് പ്രകൃതികൃഷിയുടെ പുറപ്പാടെ'ന്ന ഫുക്കുവോക്കയുടെ വിശ്വാസമാണിവിടെ. മണ്ണിന്റെ ആരോഗ്യ സംരക്ഷണവും മനുഷ്യന്റെ ആത്മീയ സംരക്ഷണവും ഇവിടെ ഒത്തുചേരുന്നു. അധ്വാനത്തോടും അധ്വാനവർഗത്തോടുമുള്ള കവിയുടെ സമീപനം ആ വികസന സങ്കല്പത്തെ മനുഷ്യഗന്ധിയും അകൃത്രിമവുമാക്കുന്നു. പ്രകൃതിയുടെ ക്യാൻവാസിൽ കർഷകനും തൊഴിലാളിയും നടത്തുന്ന ആത്മാവിഷ്കാരം അധ്വാനത്തിലൂടെ പ്രകൃതിയും മനുഷ്യനും തമ്മിലുള്ള ലയം സാധ്യമാകുമെന്ന് കൈപ്പവല്ലരി (1961) ഓർമ്മപ്പെടുത്തുന്നുണ്ട്. ആനന്ദപൂർണ്ണമായ നിലനില്പിലേക്കുള്ള സന്മാർഗമാണത്. ജലസേചനം (1950) എന്ന കവിതയിലെ ബലരാമന്റെ കലപ്പ ഭൂമിയുടെ മാറ് കീറിപ്പൊളിക്കുകയല്ല. എഴുത്താണിയോ ബ്രഷോ കൊണ്ടെന്നപോലെ ഒരു സർഗ്ഗപ്രക്രിയ സാക്ഷാത്കരിക്കുകയാണ്. ഈ സർഗ്ഗാനുഷ്ഠാനമാണ് മണ്ണും മനുഷ്യനും തമ്മിലുള്ള ബന്ധത്തെ ദൃഢതരമാക്കുന്നത്. കർഷകനും തൊഴിലാളിയും ആത്മീയസുഖം അനുഭവിക്കുകയാണ്. ഇത് പച്ചയുടെ ഊർജ്ജപ്രവാഹമാണ്.

ആരാണ് വീറോടുപോരാടുമീരണ്ടു
പോരാളിമാർകളെപ്പാടിപ്പുകഴ്ത്തുവാൻ?

എന്ന് പടയാളികളിൽ (1938) ചോദിക്കുന്നുമുണ്ട് കവി. കന്നിക്കൊയ്ത്ത് (1945) എന്ന കവിതയിൽ പുഞ്ചയെ ഗ്രാമജീവിതകഥാനാടകഭൂമിയായി കല്പിക്കുകയാണല്ലോ ചെയ്യുന്നത്. കർഷകവ്യത്തിയിൽ പാലിക്കേണ്ടുന്ന അച്ചടക്കം സവിസ്തരം ആ കവിത പറയുന്നുമുണ്ട്. കാർഷിക ജീവിതത്തിന്റെ വേദനയ്ക്കപ്പുറം

കന്നിനാളിലെ കൊയ്ത്തിനുവേണ്ടി
മന്നിലാദിയിൽ നട്ട വിത്തെല്ലാം
പൊന്നലയലച്ചെത്തുന്നു, നോക്കൂ,
പിന്നെയെത്രയോ കൊയ്ത്തുപാടത്തിൽ

എന്ന് പറയുമ്പോഴേക്കും വിത്തുസംസ്കൃതിയുടെ തുടർച്ചയും

വിടർച്ചയും രംഗത്തെത്തുകയായി. (പൂവുമുഷസ്സും ഞാനും നിമിഷ-/ത്തിരകളിലൊഴുകിപ്പോകേ, മറ്റൊരു/പൂവും മറ്റൊരു ഷസ്സും മറ്റൊരു/ഞാനും കനകക്കണ്ണികൾ കോർക്കെ എന്ന് ഭൂമി എന്ന കവിതയിൽ ഓഎൻവി.) വിഷുക്കണി എന്ന കവിതയിലെ

ഏതു ധൂസര സങ്കല്പങ്ങളിൽ വളർന്നാലും,
ഏതു യന്ത്രവൽകൃത ലോകത്തിൽ പുലർന്നാലും,
മനസ്സിലുണ്ടാവട്ടെ ഗ്രാമത്തിൻ വെളിച്ചവും
മണവും മമതയും ഇത്തിരി കൊന്നപ്പൂവും!

എന്ന പ്രസിദ്ധവരികൾ വികസന വിവേകത്തെക്കുറിച്ചും സാമൂഹ്യവീക്ഷണത്തെക്കുറിച്ചും അഗാധമായ ഉൾക്കാഴ്ച നൽകുന്ന തോടൊപ്പം ജൈവോർജത്തിന്റെ മുള പൊടിപ്പിക്കുന്നുമുണ്ട്.

രക്തദാനം (1966) ഗ്രീഷ്മത്തിൽ (1966) എന്നീ കവിതകളിൽ അന്തർലീനമായിട്ടുള്ള വികസന സങ്കല്പത്തിലേക്കാണ് പതുക്കെയെങ്കിലും ആധുനികലോകം നീങ്ങാൻ ആഗ്രഹിക്കുന്നത്. കാർഷിക വൃത്തിക്ക് പരമ പ്രാധാന്യം നൽകുന്ന ഒരു ജീവിത ക്രമം പുനരുജ്ജീവിപ്പിച്ചെടുത്ത് പ്രകൃതിയിൽ നിന്നുള്ള അന്യവൽക്കരണം അവസാനിപ്പിക്കുകയാണ് ആ കവിതകൾ. പാരിസ്ഥിതികമായി ഭദ്രവും ജനപങ്കാളിത്തത്തിൽ അധിഷ്ഠിതവുമായ ഒരു വികസന സങ്കല്പത്തിന്റെ അടിസ്ഥാനശിലയെ രക്തദാനം എന്ന കവിത ഓർമ്മിപ്പിക്കുന്നുണ്ട്. കൃഷിപ്പാട്ട് (1966) എന്ന കവിതയിലെ

നാളെയോ യന്ത്രം വിതയ്ക്കും, യന്ത്രം കൊയ്യും
നീളവേ യന്ത്രം കറ്റമെതിക്കും യന്ത്രം ചേറും
മനുജശ്രമം ലഘുതരമാമതു പിന്നെ
മധുരിപ്പിക്കാൻ ലഘുഗാനമെന്തിനുവേണം?
കൃത്രിമവളം നൂറുമേനി നൽകിടാം, മർത്ത്യ
ഹൃത്തിലെപ്പശി മാറ്റാനെന്തു യന്ത്രപ്പാട്ടോ?

എന്ന വരികൾ കമ്പോളവ്യവസ്ഥ താറുമാറാക്കിയിട്ട ഒരുലോകത്തിന്റെ നടുമുറി തന്നെയെന്നുകാണാം. പരിഷ്കൃത കൃഷിമുറകൾ ആദ്യം പ്രകൃതിയുടെ താളം തെറ്റിക്കുന്നതും കൃഷിക്ക് പ്രകൃതിയുടെ സംരക്ഷണം നഷ്ടമാകുന്നതും ആരോഗ്യപരമായ പരിസരങ്ങൾ നശിപ്പിക്കപ്പെടുന്നതിനാൽ തന്നെയാണ്. ഗവേഷകർ ഗവേഷകരാകും മുമ്പ് തത്വജ്ഞാനികളാകണമെന്നും മനുഷ്യന്റെ ലക്ഷ്യമെന്തെന്നും കൃത്യ മെന്തെന്നും അവരന്വേഷിക്കണമെന്നും ഫുക്കുവോക്ക പറയുന്നത് അതുകൊണ്ടാണ്. അടിസ്ഥാനതലത്തിൽ വൈദ്യൻ ആദ്യം നിർണ്ണയിക്കേണ്ടത് ജീവനാധാരം എന്തെന്ന പ്രശ്നമാണ്. വൈലോപ്പിള്ളിയുടെ സഞ്ചാരവും ആ

വഴിക്കായിരുന്നു.

ജലസേചനം (1950) എന്ന കവിതയിൽ നിന്നും മൃതസഞ്ജീവനി (1980-84) എന്ന കവിതയിലേക്കുള്ള പ്രയാണം പ്രകൃതിയോടിണങ്ങി അതിന്റെ ഭാഗമായി ജീവിച്ചുപോന്ന മനുഷ്യരിൽ നിന്ന് പ്രകൃതിയെ വിറ്റു കാശാക്കുന്ന മനുഷ്യരുടെ അധോയാനത്തിന്റെ കഥയായി മാറുന്നു. വൈലോപ്പിള്ളി ഇതഃപര്യന്തം തന്റെ കാവ്യ ജീവിതത്തിലൂടെ ഉന്നയിപ്പിച്ചിട്ടുള്ള സാമൂഹ്യ-സാംസ്കാരിക-നൈതിക-സൗന്ദര്യാത്മക പ്രശ്നങ്ങൾക്കുള്ള നിർദ്ദേശം കൂടിയാണ് മൃതസഞ്ജീവനി എന്ന കവിത. 'പ്രകൃതിയിലേക്ക് മടങ്ങുക' എന്ന ആശയമാണ് ഈ നീണ്ട കവിത. പ്രകൃതിയുമായുള്ള ജൈവബന്ധം വീണ്ടെടുക്കാനുള്ള ആകാംക്ഷ കൂടിയാണത്. പ്രകൃതിയും മനുഷ്യനും രണ്ടല്ലെന്നും ഒരേ നാണയത്തിന്റെ രണ്ടുവശങ്ങൾ തന്നെയാണെന്നും അത് തിരിച്ചറിയുന്നു. ജൈവികതയുടെ ഉള്ളുണർവ്വ് തന്നെയാണ് ഈ കവിത.

'ഇച്ചെറു നെൽവിത്തിലൊരു
കൊച്ചു പയ്ക്കുട്ടിയുണ്ടതി-
ന്നുച്ചയ്ക്കെല്ലാം നിശ്ചലമായ്-
കിടന്നുറക്കം'

എന്നു പറയാനും (കറുമ്പിപ്പയ്യ്/1967) അതിന്റെ തള്ള കടൽക്കരയിലെ ആകാശത്തിലെ കുറുമ്പിയായ കറുത്ത മേഘമാണെന്നും കനത്തോരകിടുമായി കടന്നുവരുമതിന്റെ കിതപ്പാണീ പ്രപഞ്ചത്തിൻ പ്രസക്തതാളമെന്നും കറുമ്പിപ്പയ്യേ, നിൻചെറുകുളമ്പുപതിഞ്ഞ കൊച്ചുകളത്തിൽ പിറപ്പൂ ലക്ഷ്മീ നികേതങ്ങൾ! എന്നു പറയുവാനും വൈലോപ്പിള്ളിക്കല്ലാതെ മറ്റാർക്കാണ് കഴിയുക?

ഇടശ്ശേരിയും വൈലോപ്പിള്ളിയും സ്ഫുടീകരിച്ചുകണ്ട അവബോധത്തിന്റെ തുടർച്ചയാണ് എൻ.വി. കൃഷ്ണവാരിയരിലും മറ്റും നാം കാണുന്നത്. സൈലന്റ്‌വാലി സംരക്ഷണ പ്രവർത്തനങ്ങളും ഈ അമരക്കാരൻ ശാസ്ത്രീയ വീക്ഷണത്താൽ സ്ഫുടം ചെയ്തെടുത്തു തന്റെ പരിസ്ഥിതി വീക്ഷണം. മരങ്ങളും വള്ളികളും എന്ന കവിത തടിയൻ വൃക്ഷങ്ങളും സസ്യലതാദികളും നാനാജാതി ജന്തുജാതികളും ഉള്ള ഒരു നാട്ടുപറമ്പിനെ (നാഗക്കാവിനെ?)ക്കുറിച്ചുള്ള ഓർമ്മകളാണ്. ഗൃഹാതുരത്വം നിറഞ്ഞ ഈ ഓർമ്മ പുരോഗതിയുടെ രഥവേഗത്തിൽ നമുക്ക് നഷ്ടപ്പെട്ടതെന്ത് എന്ന് അസാധാരണമായ ഉൾക്കാഴ്ചയോടെ നമുക്ക് കാട്ടിത്തരുന്നു. പ്രകൃതിയുടെ സന്തുലനം നിലനിന്നിരുന്ന,

പ്രകൃതിയുടെ നിലനില്പും മാനുഷിക പ്രവർത്തനങ്ങളും തമ്മിലുള്ള പൊരുത്തം നിലനിന്നിരുന്ന മലയാള നാടുതന്നെയായ ഈ തറവാട്ടുവളപ്പ് 'മൾട്ടി ലെയർ ഫാമിങ്' പോലുള്ള സംരംഭങ്ങളിലൂടെ കൃഷിവകുപ്പും മറ്റും പുനഃസൃഷ്ടിക്കാൻ ശ്രമിക്കുന്നത് വിത്തുസംസ്കാരത്തിന്റെ ഇടത്തെ തിരിച്ചുപിടിക്കലുകൂടിയായി മാറുന്നുണ്ട്.

1966ലാണ് എം ഗോവിന്ദന്റെ 'പൊന്നാനിക്കാരന്റെ മനോരാജ്യം' വരുന്നത്. പൊന്നാനി കവിക്ക് സ്വന്തം വേരാണ്ട മണ്ണാണ്. മാതാവാണ്. വായിച്ചിട്ടുണ്ടോ താങ്കൾ മണ്ണിന്റെ രാമായണം? എന്ന് ആ കവിതയിൽ ചോദിക്കുന്നുണ്ട്. മണ്ണിന്റെ കാല് തൊടാത്ത കുട്ടിത്തേവാങ്കുമാർ പെരുകിയ കാലമാണിത്. ഇന്നത്തെപ്പോലെത്തന്നെ സാഹിത്യകാരന്മാർക്കു ഭൂഖണ്ഡമറ്റ ആകാശവള്ളികളുണ്ട്. അത്തരം ഒരു കുട്ടിത്തേവാങ്കിനെ ക്ഷണിച്ചുനിർത്തി മനോരാജ്യം കാട്ടിക്കൊടുക്കുന്ന രീതിയിലാണ് കവിതയുടെ രചന.

വിത്തിനു പേറൊരുക്കാൻ
കണ്ടത്തിൻ കരിമ്പട-
കെട്ടിലെക്കനപ്പാടും
ചുളിയും നീർത്തീടവേ,
കൊച്ചുനെൽച്ചെടികളെ-
ത്താരാട്ടി, ത്തായാട്ടുകൾ
കാട്ടുന്ന പുൽപ്പിള്ളരെ
ചെവിക്കുപിടിയ്ക്കവേ
കട്ടയും കളത്തണ്ടും
തട്ടിനീക്കുന്ന നാളി-
ലെത്തിയില താങ്കൾ; അന്നു
ഹോങ്കോങ്ങിൽ കോൺസർട്ടല്ലോ!

മാനം തൊട്ടുഴിയുന്ന മഹാവൃക്ഷമാകാനും മണ്ണിന്റെ വീര്യം പകർന്നുകിട്ടണമെന്ന് ഈ കവിത ടൂറിസ്റ്റ് ഗൈഡാവുന്നു കവിയിലൂടെ. കൃഷിക്കാരൻ (1939) എന്ന കവിതയിൽ കർഷകന്റെ ജീവിതം തന്നെയാണ് നുകം കൊണ്ട് വരച്ചുവെച്ചിരിക്കുന്നത്. നിൻ വിയർപ്പുതിർന്നല്ലീ കതിർപ്പൂ നെല്ലിൻ തൈകൾ? എന്ന ചോദ്യം വിത്തുസംസ്കൃതിയുടേതുമാത്രമല്ല. വൈദേശികാധിപത്യച്ചങ്ങലയറുത്തെറിഞ്ഞ് 67 വർഷം കഴിഞ്ഞിട്ടും ഋഷിനാട് ആ കല്പന ശ്രദ്ധിച്ചിട്ടില്ല. കൃഷി ചെയ്യുന്നവന്റെ രാജ്യവും മനോരാജ്യമായിത്തന്നെ ഇപ്പോഴും സ്ഥിതി ചെയ്യുന്നു. കൃഷി ചെയ്യാത്തവന്റെ രാജ്യവും അങ്ങനെത്തന്നെ.

എൻ.എൻ. കക്കാടിന്റെ പാതാളത്തിന്റെ മുഴക്കം (1971), പ്രാർത്ഥന (1971), വാഹനം (1970) തുടങ്ങിയ കവിതകളെല്ലാം യന്ത്രസംഘാതമായ നഗരജീവിതത്തെ കുറിക്കുന്നതാണ്. വ്യാവസായികതയിലേക്കുള്ളവരവ്, പ്രകൃതിയുമായുള്ള ലയം കലുഷമാക്കി. മറ്റുജീവജാലങ്ങൾക്ക് പ്രകൃതിയെ നിയന്ത്രിക്കുവാൻ വേണ്ട ശക്തിയോ കോപ്പുകളോ ഇല്ലാത്തതുകൊണ്ട് അവൻ മറ്റു ജീവജാലങ്ങളുടെ അധിപനാണെന്ന് കരുതാൻ തുടങ്ങി. അതോടെ ജീവിതത്തിന്റെ കണ്ണികൾ മാനസികമായി അറ്റുതുടങ്ങി. 'മോഷ്ടിച്ചെടുത്ത ഒരു രാത്രി' എന്ന കവിത പകൽച്ചൂട്, പൊടി, ദാഹങ്ങൾ, ഇരവേട്ട, ക്രൗരങ്ങൾ എന്നിങ്ങനെ മടുപ്പിക്കുന്ന നഗരാനുഭവങ്ങളെ മറികടന്ന് ഗ്രാമജീവിതത്തിലേക്കെത്തുന്ന അനുഭവമാണ്.

തിളങ്ങുമോട്ടുകിണ്ണത്തിലെ
ചുടുകഞ്ഞിതന്നാവിയും
ചുനനീലിച്ച കണ്ണിമാങ്ങതൻ സ്വാദും

ഈറനാം ചുരുൾമുടിച്ചാർത്തിലെ കൈതപ്പൂഗന്ധമായ് ആ കവിതയിൽ നിറയുന്നു. ഇതല്ലെങ്കിൽ സ്വർഗ്ഗമെന്തിനുവേറെ? എന്നാണ് കവി ചോദിക്കുന്നത്. 'തുലാമേഘ'ത്തിലും ഈ വിത്തിന്നാർദ്രത കാണാനാവും.

ഈ ഞാറിന്നിളം പച്ചപ്പും
ഇതിലെ വലകെട്ടും നേർഞരമ്പുകളും
ഈ നനയും മണ്ണിൻ ചൂടും മദഗന്ധവും
കാറ്റിന്നലിവും
കുളിച്ചെത്തുമിളവെയിലൊളികളും
എൻ നോവിൻ തഴപ്പല്ലോ
ഇക്കിനാവുകൾ വരണ്ടുണങ്ങായ്ക

എന്നും പറയുമ്പോൾ സമ്പന്നമായ ഒരു കാവ്യപാരമ്പര്യത്തിന്റെ സഫലയാത്രകളാവുകയാണ് കക്കാടിന്റെ കവിതകൾ.

ഓഎൻവിയുടെ സൂര്യഗീതം (1984) സ്വസ്തി പാടുന്നത് വിത്തുസംസ്കാരത്തിനു തന്നെയാണ്.

വിത്തിനെ മഹാവൃക്ഷമാക്കുന്ന, വൃക്ഷത്തിൽ
വിത്തുനിറക്കുന്ന, കാറ്റിന്റെ കൈകളിലെ-
ടുത്തവയെയെമ്പാടുമായ് കുടിയിരുത്തി,
ഇടിവെട്ടി,
മുളപൊട്ടി,
ഇലനീട്ടി,
വെയിൽമോന്തി, ശത-

ശാഖികൾ പടർത്തിയൊരു
കാടിന്റെ സാന്ദ്രഹരി-
താഭമാം, ദൃശ്യമാം സംഗീതമാക്കുന്ന
ജീവന്റെയുന്മത്തനൃത്തം.

ഭൂമിക്കൊരു ചരമഗീതം (1981) പ്രകൃതിയെ നശിപ്പിക്കുന്ന വികസന കാഴ്ചപ്പാടുകൾക്കുള്ള മുന്നറിയിപ്പുതന്നെയാണ്. അതിന്റെ ആമുഖത്തിൽ

ഇനി വാഴ്ത്താം:
ഈ ഭൂമിയെ, അതിലെ
ജീവിതമെന്ന മഹാപ്രവാഹത്തെ, അതിന്റെ
ലാവണ്യസാരമായ കവിതയേയും.......

എന്ന വരികൾ വിത്ത് സംസ്കാരത്തിലെ അടരുകൾ തന്നെയാണ്

ഇവിടെയീ മണ്ണിലോ
പുതഞ്ഞുകിടക്കുന്നു
ഇനിയും കണ്ടെത്താത്തൊ-
രെൻ സ്വർഗ, മെന്നാഹ്ലാദം?

എന്ന് എന്റെ മണ്ണിൽ (1983) എന്ന കവിതയിൽ എഴുതിയത് കവിതയുടെ മാത്രം സർഗ്ഗാത്മകതയെക്കുറിച്ചല്ല.

പ്രകൃതിയോടും ഗ്രാമീണതയോടുമുള്ള ഹൃദയബന്ധം കടമ്മനിട്ടയേയും കർഷകനാക്കിയിട്ടുണ്ട്. കടമ്മനിട്ട (1967) എന്ന കവിതയിലെ 'നെല്ലിൻ തണ്ടുമണക്കും വഴികൾ എള്ളിൻ നാമ്പു കുരുക്കും വയലുകൾ' വിത്തിന്റെ സംസ്കാരഭൂമികയെയാണ് വലംവെക്കുന്നത്. പ്രാകൃത സ്ത്രൈണതയുടെ ഉർവരഭൂമിയായി കുറത്തി (1978) നിറഞ്ഞാടുമ്പോൾ കുടുംബിനിയുടെ സാത്വിക ഭാവമായ് ശാന്ത (1976) പതിഞ്ഞാടുന്നു. വിത്തിന്റെ ദേവതയാണ് കുറത്തി. പ്രകൃതിയുടെ എല്ലാ നൈസർഗികതയുടെയും മൂർത്തിയായ കുറത്തി സ്വയം വലിയവൻ ചമഞ്ഞ് അഹങ്കരിക്കുന്ന നാഗരിക മനുഷ്യനെ/പുരുഷനെ വിചാരണ ചെയ്യുമ്പോൾ വിത്തുർവ്വരതയുടെ ആഴങ്ങളെ ഉള്ളിലൊളിപ്പിക്കുന്ന ദളിതശബ്ദം കൂടിയാകുന്നുണ്ട്. ശാന്ത കുറത്തിയെ പൂരിപ്പിക്കുകയാണ് ഈ വിത്തിടത്തിലേക്ക്. വറുതിയിൽ പൊരിഞ്ഞ് മുടിഞ്ഞ് ഊഷരമായ ഭൂമിയിൽ മരുപ്പച്ചപോലെ സുഖദായകമാണ് ശാന്തയുടെ സാന്നിധ്യം. ഉമിത്തീപോലെ കത്തിപ്പടരുന്ന കൊടും വേനലിൽ ഉർവ്വരയായി, ഹരിതാത്മകയായി, നാളെയെക്കുറിച്ചുള്ള പ്രതീക്ഷയായി ഒരു വിത്തായി ശാന്ത മരുവുന്നു. കുറിഞ്ഞിയുടെയും മരുതത്തിന്റെയും പ്രതികാരവും നിലവിളിയുമാണ് കുറത്തിയും ശാന്തയും. കടമ്മനിട്ടയിൽ (1967) മുത്തങ്ങാപ്പുല്ലിനെ തേടുന്ന കടമ്മനിട്ടയെ

കാണാം. വിളയെ മാത്രമല്ല കളയെയും കടമ്മനിട്ട കണ്ടിരുന്നു. ആകമാനത്തിൽ നിന്നും ഒറ്റതിരിച്ചുകാണുന്നത് യഥാർത്ഥവസ്തുവല്ല എന്ന് കടമ്മനിട്ട അറിഞ്ഞിരുന്നു.

സൈലന്റ് സ്പ്രിങ് എന്ന പുസ്തകം ഉണ്ടാക്കിയ അവബോധത്തിൽത്തന്നെയാണ് 'കുഞ്ഞേ മുലപ്പാൽ കുടിക്കരുത്' (1980) എന്ന് കടമ്മനിട്ട എഴുതിയത്. 1940 കളിൽ വന്ന സിന്തറ്റിക് കീടനാശിനികളിൽ ഡി.ഡി.റ്റി ഏറ്റവും വ്യാപകമായി ഉപയോഗിക്കപ്പെട്ടു. 1950കൾ വരെ കീടനാശിനികളുടെ അവശിഷ്ട വിഷാംശമുണ്ടാക്കുന്ന പ്രശ്നങ്ങളെക്കുറിച്ച് ബോധവാനായിരുന്നില്ല. എന്നാൽ 1960 കളുടെ തുടക്കത്തിൽ (1962) റേച്ചൽ കഴ്സൺ സൈലന്റ് സ്പ്രിങ് എഴുതിയതോടെ ഉല്പാദകരായ സസ്യങ്ങളിൽ നിന്ന് ഡി.ഡി.റ്റി. വിഷം മനുഷ്യരിലെത്താം എന്ന അറിവിൽ നിന്ന്

കണ്ണുനീർപോലും മലിനമായ്... പൂവിന്റെ
കണ്ണുകൾ കരിയുന്നു ചുറ്റും
പൈതലേ, ഭൂമിയുടെ ഗർഭാശയത്തിൽ നീ
പുതിയ പുംബീജമായ് വീഴൂ
അടിമണ്ണിലൂടെ, നീരുറവയിലൂടെ നീ
മരമായ്, മനുഷ്യനായ് പൊഴിയുന്ന മഴയായ്,
ഒഴുകുന്ന പുഴയായ് വിടരുന്ന പൂവായ്,
അഴകായ്, സൂര്യന്റെ കിരണമായ്
നന്മതൻ സ്ഫുരണമായ്
പൂർണ്ണത നേടൂ!

വിത്ത് സംരക്ഷണത്തിന്റെ ചാല് കീറുകയായിരുന്നു കടമ്മനിട്ട.

സുഗതകുമാരിയുടെ കവിതകളിൽ വിത്തുസംസ്കാരം ഒരുതരം ആധ്യാത്മിക-ഭാവനാത്മക വസ്തുവായി മാറുന്നത് കാണാം. 'നീലകണ്ഠസ്വാമിയെപ്പോൽ വിഷംതാനേ ഭുജിച്ചിട്ടു പ്രാണവായുതരുന്നോനായിത തൊഴുന്നേൻ' എന്ന് മരത്തെ പ്രാർത്ഥിക്കുമ്പോൾ (മരത്തിനു സ്തുതി/1980) തണുത്ത പൂന്തണൽവീശി വൃക്ഷം പടർന്ന് ചൂഴ്ന്നുനിൽക്കുകയാണ്. വിഷം (കാർബൺഡൈഓക്സൈഡ്) താനേ ഭുജിച്ച് പ്രാണവായു പകരം നൽകുന്നു. മഴയായി, തളിരായി, പശിയാറ്റും പഴമായി സർവ്വജീവജാലങ്ങളേയും സംരക്ഷിക്കുന്നു. മേൽമണ്ണിനെ പിടിച്ചുനിർത്തുന്നു. വിത്തുണർവ്വിന്റെ ശാസ്ത്ര സത്യം ഹൃദയത്തെ തൊടുന്ന കാവ്യസത്യമായി പരിണമിക്കുകയാണ് ഇവിടെ.

സെൽ സിൽവസ്റ്റണിന്റെ 'ദി ഗിവിങ് ട്രീ'യുടെ കഥയാണ്

ഓർമ്മവരുന്നത്. മരവും കുട്ടിയുമാണ് ആ കഥയിലെ പാത്രങ്ങൾ. കുട്ടി മരത്തെ സ്നേഹിച്ചു. മരം കുട്ടിയേയും. മരത്തിന്റെ ഇലകൾ കൊണ്ട് കിരീടമുണ്ടാക്കിയും പഴം തിന്നും ആരംഭിക്കുന്ന കുട്ടിയുടെ ആഗ്രഹങ്ങൾ മരം സാധിച്ചുകൊടുക്കുന്നു. കുട്ടി വളരുന്നതിനനുസരിച്ച് ആഗ്രഹങ്ങളുടെ സ്വഭാവവും മാറുന്നു. ഒടുവിൽ വൃദ്ധനായിത്തീർന്ന കുട്ടി തിരികെ വരുമ്പോൾ കാണുന്നത് തന്റെ ഓരോ ആഗ്രഹവും സാധിപ്പിച്ച് തരുന്നതിന് വേണ്ടി സ്വയം ത്യാഗം ചെയ്ത മരത്തിന്റെ കുറ്റി മാത്രമാണ്. വൃദ്ധനായ കുട്ടിക്ക് വേണ്ടത് ഇരുന്നുവിശ്രമിക്കാനൊരിടമാണ്. മരത്തിന്റെ കുറ്റി. അതിൽ അയാൾ ഇരുന്നു. ശാഖയും ചില്ലയും ഇലയും പൂവും പഴവുമില്ലാത്ത, മരം. അല്ല, മരക്കുറ്റി അപ്പോഴും സന്തോഷിക്കുകയായിരുന്നു! മരവുമായി സംസാരിക്കാൻ തുടങ്ങിയ ഒരനുഭവം ജോൺസിമാഷും പറയുന്നുണ്ട്. 'കുറേ കഴിഞ്ഞപ്പോൾ ഞാൻ പറഞ്ഞു. മരമേ നീ എന്നെ സ്നേഹിക്കുന്നു എന്നതിന് അടയാളം കാട്ടിത്തരൂ. പറഞ്ഞ താമസം. മരം ഒരു കമ്പ് പൊട്ടിച്ച് ഇട്ടുതന്നു! അത്ഭുതം തോന്നി. പക്ഷേ, പിന്നീട് ഒരുപാട് സസ്യങ്ങളുമായി സംസാരിക്കാൻ കഴിഞ്ഞപ്പോൾ അന്നത്തെ സംഭവത്തിൽ പ്രത്യേകത തോന്നിയില്ല (ഹരിതദർശനം ജോൺസിയുടെ ആത്മകഥ/മാതൃഭൂമി ബുക്സ്). 'ചുറ്റാനുള്ളുടയാടയൊന്നൊരു മരം തന്നൂ' എന്ന കാളിദാസ കവിതയുടെ തണലിലാണ് ഈ കവിതയും.

പ്രകൃതിയെ ദേവതയായി ആരാധിക്കുന്ന മനോഭാവം മരത്തിനു സ്തുതിയിൽ പ്രകടമാണ്. അതിനുപിന്നിൽ അബോധപൂർവ്വമായെങ്കിലും സംസ്കൃതിയെക്കുറിച്ചുള്ള സങ്കല്പമുണ്ട്. ആരണ്യസംസ്കൃതിയിൽ ജീവന്റെ നേരെ മനുഷ്യർക്കുണ്ടായിരുന്നത് ആരാധനാ മനോഭാവമാണ്. എല്ലാ ജീവനും ആരാധിക്കപ്പെട്ടിരുന്നു. അതുകൊണ്ടാണ് ഇന്നും മരങ്ങളും നദികളും മരങ്ങളും ആരാധിക്കപ്പെടുന്നത്. ഗീതയിൽ ശ്രീകൃഷ്ണൻ പറയുന്നുണ്ട്. മലകളിൽ ഞാൻ ഹിമവാനാണ്; നദികളിൽ ഞാൻ ഗംഗയാണ്; മരങ്ങളിൽ ഞാൻ വടവൃക്ഷമാണ് എന്ന്. കുറുഞ്ഞിപ്പൂക്കൾ (1983), കാലിഫോർണിയൻ (1988) കാടുകൾ തുടങ്ങിയ കവിതകളിലൊക്കെ ഈ ആരാധനാ അനുഭവം കാണാം. സചേതന വസ്തുക്കളിലെല്ലാം ജീവൻ കുടികൊള്ളുന്ന വിത്തനുഭവം മനുഷ്യരിൽ മാത്രമല്ല പക്ഷികളിലും ഷഡ്പദങ്ങളിലും വന്യമൃഗങ്ങളിലും മരങ്ങളിലും ചെടികളിലും നദികളിലും മലകളിലും എല്ലാം ആഴത്തിൽ വേരോടിയിട്ടുണ്ട്. നമ്മുടെ അടിസ്ഥാനാവശ്യങ്ങൾ നിറവേറ്റുന്നതോടൊപ്പം ശാന്തിയും ഐശ്വര്യവും അന്തിമമായ

സാക്ഷാത്കാരവും നേടുന്നതിനുവേണ്ടി പ്രകൃതിയെ പൂജിക്കുമ്പോൾ നാം സംസ്കൃതിയിലേക്ക് നീളുന്നു. ഇന്നു നമ്മൾ പ്രകൃതിയെ പൂജിക്കുന്നതിനുപകരം, നമ്മുടെ ഒരിക്കലും അടങ്ങാത്ത ആവശ്യങ്ങൾക്കുവേണ്ടി പ്രകൃതിയെ കശാപ്പുചെയ്യുന്നു. നിങ്ങളെൻ ലോകത്തെ എന്തുചെയ്തു? (1984), ദർശനം, ആന (1990), വനരോദനം (1985) തുടങ്ങിയ കവിതകളിൽ വിവേചനമില്ലാത്ത മാനുഷിക പ്രവർത്തനങ്ങളാൽ പരിക്കേറ്റ പ്രകൃതിയെ ചൊല്ലിയുള്ള ദുഃഖമോ രോഷമോ ഒക്കെയാണ് കാണാനാവുക. ഇനിയും പകരം നൽകുവതെന്ത് മഴുവും തീയുമല്ലാതെ (മരത്തിനു സ്തുതി) എന്ന ചോദ്യത്തിലൂടെ മനുഷ്യന് തോന്നേണ്ടുന്ന ആത്മപുച്ഛമാണ് കവയിത്രി ഉയർത്തുന്നത്. തെംസ് നദിയോട് (1980), തൈ വെക്കൽ (1983), സൈലന്റ് വാലി (1980), തുലാവർഷപ്പച്ച (1987) തുടങ്ങിയ കവിതകളിൽ ഇതിന്റെ പടർച്ച കാണാം. ഓരോരുത്തരുടെയും മനസ്സ് മൗലികമായി മാറാത്തിടത്തോളം മലിനീകരണത്തിനും അറുതിയില്ല എന്ന് ഓർമ്മിപ്പിക്കുന്നുണ്ട് ഈ കവിതപ്പച്ചകൾ.

മഴ പെയ്തുപോലാദ്യം
പനിനീർ തളിച്ചപോൽ!

....

അപ്പൊഴേ കുളിർത്തു പൂ
ത്തിരുണ്ടു തഴച്ചാകെ-
പച്ചയായ് സൗഭാഗ്യമായ്
ആർദ്രയായിവൾ മാറി....

എന്ന് തുലാവർഷപ്പച്ചയിൽ പാടുമ്പോൾ പ്രകൃതിയുടെ തന്നെ നൈസർഗീകമായ മുറിവുണക്കൽ ശേഷിയാണ് കാണുക. തനിമ വീണ്ടെടുത്ത വന്യപ്രകൃതിയെ ദർശിക്കുമ്പോഴുണ്ടാകുന്ന ആത്മസംതൃപ്തിയാണിതിൽ നിറഞ്ഞിരിക്കുക. ടാഗോറിന്റെ പ്രസിദ്ധമായ 'തപോവൻ' എന്ന ഉപന്യാസവും ഇതുതന്നെ പറയുന്നു. 'ജീവ'ന്റെ നിറവാണത്. നട്ടുമറന്ന വിത്ത് (1987) ഉണർന്നാർത്തു പൂവിട്ടതും ജീർണ്ണ ദുഃഖങ്ങൾ പൂക്കളായതും സംഗീതമായ് കാറ്റിലാടി കുളിരു കിനിയുന്നതും ഒക്കെ ജൈവ സംസ്കാരത്തിൽ വെയില് പൊന്നാവുന്ന കാഴ്ച തന്നെയാണ്. വിളവെത്ര മേനിയുമാകട്ടെ, തിന്നാൻ വേണ്ടത്ര കിട്ടിയാലും ഇല്ലെങ്കിലും ശരി, വിത്തും വിതച്ചു പ്രകൃതിയുടെ ചൊൽപ്പടിക്കു ചെടികളെ ലാളിച്ചുവളർത്തുന്നതിൽ ആനന്ദമുണ്ട്.

മനുഷ്യസ്പർശമില്ലാത്ത പ്രകൃതിയെ പൂജിക്കുകയും സംസ്കാരത്തെ മുഴുവൻ വിനയായി കാണുകയും ചെയ്യുന്നവരോട് എനി

ക്കനുഭാവമില്ലാ എന്ന് സച്ചിദാനന്ദൻ പറഞ്ഞിട്ടുണ്ട് (സച്ചിദാനന്ദന്റെ കവിതകൾ 1965–82, അക്ഷരം). എന്നാൽ ആ പ്രവണതകൾക്കു ജന്മം കൊടുത്ത അതിവ്യവസായ വത്കരണത്തെ അദ്ദേഹം എതിർക്കുന്നുണ്ട്. ആത്മഗീത, ആസന്നമരണചിന്തകൾ, ഇനിയും തുടങ്ങിയ ആദ്യകാല രചനകളിൽ പ്രകൃതി അമ്മയും അഭയവുമെന്ന നിലയിൽ പ്രത്യക്ഷപ്പെട്ടിട്ടുണ്ട്. അമ്മിഞ്ഞപ്പാലിനേക്കാൾ റബ്ബർ പാലിന് മഹത്വം കല്പിക്കുന്ന ഒരു സംസ്കാരത്തെക്കുറിച്ചുള്ള ഉൽക്കണ്ഠകൾ തന്നെയാണ് സച്ചിദാനന്ദന്റെ ചില കവിതകൾ. വരൂ, രോഗമില്ലാത്ത ഭൂമിക്കുവേണ്ടി നമുക്കൊത്ത് ശ്രമിക്കാം (കയറ്റം) എന്ന ആത്മവിശ്വാസത്താൽ തീക്ഷ്ണമാണവ. പുൽച്ചാടികൾ തുള്ളുന്ന ഹരിതസാനുക്കളെ നമുക്ക് പുനർജ്ജനിപ്പിക്കാമെന്ന് കവി ആഗ്രഹിക്കുന്നു. അത് ഹൃദയത്തിൽ നിന്ന് ഊറിവരുന്നതാണ്. ജയിക്കുന്നതും ഭരിക്കുന്നതും പച്ചനോട്ടാകുമ്പോൾ ഡോളർപാട്ട് ഇഷ്ടഗാനമാവണമന്നും നാം ഈ പാട്ടുകൾ ഏറ്റുപാടുമ്പോൾ വിളകൾ പതിരാവുമെന്നും മണ്ണിലും വിണ്ണിലും വാക്കിലും വിചാരത്തിലും പ്രവൃത്തിയിലും വിഷം കലരുമെന്നും അദ്ദേഹം ഓർമ്മിപ്പിച്ചു. പ്രകൃതിയിൽ നിന്നും സംസ്കൃതിയിൽ നിന്നും പരാഗമുണ്ടുവളർന്ന ഒരു തലമുറയ്ക്കേ പുതുസംസ്കാരത്തെ ഉയിർത്തെഴുന്നേൽപ്പിക്കാൻ കഴിയൂ.

പുതുനെല്ലിനവിലുകൊറിക്കാത്ത വായ്കളി
ലുരുളുന്നതെങ്ങു വായ്ത്താരികൾ എണ്ണങ്ങൾ?

എന്നാണ് 'മഹാബലി അവശിഷ്ടങ്ങളിലൂടെ നടക്കുന്നു' എന്ന കവിതയിൽ അദ്ദേഹം ചോദിക്കുന്നത്. ശരിയായ വഴി കണ്ടുപിടിക്കാൻ ഒരാൾ ചെയ്യേണ്ടത് തന്റെ വേരുകളിലേക്ക് പോകുന്ന യാഥാർത്ഥ്യങ്ങളിലേക്ക് തിരിച്ചുപോവുകയെന്നതാണ്. ഇവയിൽ നിന്ന് നമുക്ക് കൃത്രിമ ജീവിതത്തിൽനിന്നും ഭിന്നമായ, യഥാർത്ഥ സംസ്കാരത്തിലേക്ക് തിരിച്ച് പോവാൻ കഴിയും. പ്രശ്നത്തെ നിങ്ങൾ ഏതുവഴിക്കു സമീപിച്ചാലും മനുഷ്യസത്തയുടെ തനിമയെന്തെന്ന അന്വേഷണത്തിന്റെ ആരംഭം ആരോഗ്യത്തെക്കുറിച്ചുള്ള പരിഗണനയിൽ നിന്നായിരിക്കണം എന്ന് ഫുക്കുവോക്കൻ ദർശനത്തെ ശരിയായ അവബോധത്തിലേക്കുള്ള പാതകൂടിയാണതെന്ന് സച്ചിദാനന്ദൻ ഓർമ്മിപ്പിക്കുന്നു.

കുട്ടിക്കരിങ്കുയിൽ കൂവിത്തിമിർക്കുന്ന കുട്ടനാടൻ പുഞ്ചയെവിടെന്റെ മക്കളേ? എന്ന ചോദ്യം കൊണ്ട് (നാടെവിടെ മക്കളേ?) അയ്യപ്പപ്പണിക്കർ വിത്തുസംസ്കൃതിയെ ആധുനികതയിലേക്ക് കൊളുത്തിവെക്കുന്നു. വിത്തിന്റെയും വിതയുടെയും ബിംബങ്ങ

ളിൽ നിന്ന് രക്ഷപ്പെടാൻ പറ്റില്ലെന്നതിന്റെ, കുതറിമാറാനാവില്ലെന്നതിന്റെ തെളിവാണ് അയ്യപ്പപ്പണിക്കരുടെയും കാവാലത്തിന്റെയുമൊക്കെ കവിതകൾ. മലവെള്ളപ്പാച്ചലിലൊഴുകിയെത്തിയ വളവിഭവങ്ങളും ഞാറ്റുവേലകളും രണ്ടില മൂന്നില നാലിലയായി വിടരുന്ന ഞാറ്റുമുളയും മകരത്തിൻ മരതക മണികളും പൊലിയേപൊലി പാടിയുണർത്തുന്ന 'പറയിൽ കൊള്ളാഞ്ഞറയിൽ കൊള്ളാഞ്ഞരവയറെല്ലാം നിറവയറാക്കിയ' വിഷുക്കണിയും ബിംബങ്ങളായി നിറയുന്നു (കുടുംബപുരാണം) അയ്യപ്പപ്പണിക്കർ കവിതയിൽ.

മൺചിറകൊണ്ട് വരമ്പുകൾ പൊക്കുന്ന കുഞ്ഞൻ പുലയനോട് കായൽ പറയുന്നത് 'ചെല്ലുക, നിന്നുടെയുടയോൻ കാതിൽ/ച്ചൊല്ലുക, ഋതുവിധി മാറിയ കായൽ/നിറമണി കാത്തുകിടക്കുന്നെന്നും/നിറപറനോക്കി വിതക്കണമെന്നു'മാണ്. ഋതുവിധി മാറിയ കായലാണ് നിറമണികാത്ത് വിതക്കാൻ ഉപദേശിക്കുന്നത്. വന്ധ്യയായ വയലിനെ നിത്യകന്യകയായി കാണാനുള്ള ആഗ്രഹമാണ് ഇവിടെ കാണുന്നത്. കരുതൽ സംസ്കാരമാണിത്. ഗർഭരക്ഷയുടെ മുത്തശ്ശിമൊഴിയും. കുടുംബപുരാണത്തിലെ മുതുമുത്തശ്ശിയായും കായൽ ഒരു രൂപകകല്പനയാവുമ്പോൾ ഉർവ്വരതാകാലം കഴിഞ്ഞ കായൽ ഉപദേശങ്ങൾ മണ്ണിന്റെ ആഴത്തിൽ പടർത്തിയ വേരുകളെ ഉയരത്തിലും പരപ്പിലും കൊമ്പിലുമെത്തിച്ച് ഇലപ്പച്ചയാക്കുന്നു.

സംസ്കാരത്തിന്റെ സൂക്ഷ്മ യാഥാർത്ഥ്യങ്ങളിലേക്കുള്ള ദേശാടനങ്ങളാണ് കെ.ജി. ശങ്കരപ്പിള്ളയുടെ കവിതയിൽ നാം അനുഭവിക്കുന്നത്. പരേതരെ മറവ് ചെയ്യാൻ പണ്ട് നന്നങ്ങാടികൾ. പൈതൃകം മറവ് ചെയ്യാൻ ജീവനോടെ നമ്മെ മറവ് ചെയ്യാൻ, ഇന്ന് നന്ന് അങ്ങാടികൾ എന്ന് നന്നല്ലങ്ങാടികൾ എന്ന കവിതയിൽ. ഉപഭോക്തൃ ജീവിതത്തിന്റെ ചൂണ്ടുവിരലാണത്. നമ്മുടെ സ്വത്വബോധം ഒരു കൊളോണിയൽ ഉത്പന്നമാണ് എന്നും അതിന്റെ രൂപാന്തര ചരിത്രം നാട്ടിലെ കൊളോണിയലിസത്തിന്റെ പരിണാമചരിത്രവുമാണ് എന്നും ഈ തിരിച്ചറിവ് എൺപതുകളിലെ നല്ല കവിതകളിൽ ഉൾവെളിച്ചമായി ഉണ്ട് എന്നും കെ.ജി. ശങ്കരപ്പിള്ള പറയുന്നത് (സുകൃതം മാസിക/1994 ജൂൺ-സെപ്തംബർ) ആഴത്തിലെ ദേശത്തെ എഴുതുന്നതാണ് എഴുത്ത് എന്ന വിവേകത്തെ ബലപ്പെടുത്തുന്നുണ്ട്. ഓർമയിലും പ്രതിസന്ധിയിലും സ്വപ്നത്തിലുമുള്ള ദേശത്തെ ഈ വിത്തൂർജ്ജം ബലപ്പെടുത്തുന്നുണ്ട്. സ്വത്വത്തെക്കുറിച്ചുള്ള തെറ്റായ ധാരണകളിൽ നിന്നാണ് പ്രകൃ

തിയുമായുള്ള ബന്ധത്തിൽ വിഭക്തിയുണ്ടാവുന്നത്. പ്രകൃതിയുടേയും സഹജീവികളുടേയും മേലുള്ള മേധാവിത്വവും മൂലധനത്തിന്റേയും ലാഭത്തിന്റെയും പെരുപ്പിക്കലും, അനിയന്ത്രിതമായ ഉപഭോഗവും സ്വത്വത്തിന്റെ സഫലതയായി നമ്മെ പഠിപ്പിക്കുന്നു. ഇതിന് പുറം തിരിഞ്ഞ് തന്റെ സാംസ്കാരിക സ്വത്വത്തെ തിരിച്ചുപിടിക്കുകയായിരുന്നു കവിതയിലൂടെ കെ.ജി.എസ്. ചെയ്തത്. കൊച്ചിയിലെ വൃക്ഷങ്ങളിൽ ഈ ആഴക്കാഴ്ചകാണാം. രണ്ടു ചരിത്രഘട്ടങ്ങളിലായി മേധാവിത്തമുറപ്പിച്ച അധീശവ്യവസ്ഥകൾക്കിടയിൽ മുരടിക്കുന്ന ഗോത്രസ്വത്വത്തിന്റെ വൃക്ഷങ്ങളെ ഈ കവിതയിൽ കാണുന്നു. കൊളോണിയൽ വിരുദ്ധമായ ഒരു (ഉപ) ദേശീയ സ്വത്വത്തിന്റെ പ്രത്യയശാസ്ത്രം കൊണ്ട് ചരിത്രത്തിന്റെ അമൂർത്തതയെ അതിവർത്തിക്കാനാണ് 'കൊച്ചിയിലെ വൃക്ഷങ്ങൾ ശ്രമിക്കുന്നത്. ജി.എം. വിളകൾക്കെതിരെ വീട്ടുവളപ്പിലെ ജൈവകൃഷിയിലൂടെയുള്ള ഒരു പ്രതിരോധശ്രമം പോലെ. സങ്കല്പത്തിലേക്ക് നാട് കടത്തുകയല്ല, മനുഷ്യരെ അവർ ജീവിക്കുന്ന കാലത്തിന്റെ ആഴത്തിലേക്ക്, അവരുടെ സത്തയുടെ ആഴത്തിലേക്ക് വിത്തുണർവ്വിലേക്ക് നയിക്കുകയാണ് കവിയുടെ ധർമ്മമെന്ന് കെ.ജി. ശങ്കരപ്പിള്ള വിശ്വസിക്കുന്നുണ്ട്. ചെറുതിനെ വിഴുങ്ങുന്ന വലുത് (1991) എന്ന കവിതയിൽ, ഉറവകളിൽ പ്രകൃതി തുളുമ്പുന്നുണ്ട്. 'വിത്തുഗുണം' എന്ന കവിതയിൽ മോൺസാന്റോ വീര്യം കാണാം. മറ്റുള്ളവയെ/പാരമ്പര്യ വാദികളെന്ന് പരിഹസിച്ച്/വായുവിൽ വേര് വീശി/കാറ്റിൽ കുതിരസ്സവാരിയാടി/സ്വന്തംവീരം രസിച്ചങ്ങനെ നിൽക്കെ, വെട്ടുകിളികളും തത്തകളും/മറ്റ് വ്യോമസേനകളും/പാടിവന്ന്/കതിരോടെ മുറിഞ്ഞ്/പറന്ന്/മറയുന്നദൃശ്യം ആത്മഹത്യയുടെ വിത്തുകളായി (ഡോ. വന്ദനാശിവ ജനിതക പരിവർത്തനം വരുത്തിയ വിത്തുകളെ വിളിക്കുന്നത്)ത്തന്നെ കാണിക്കുന്നുണ്ട്. ജനിതകമാറ്റം വന്ന ഓരോ വിത്തുകളേയും നാട്ടുവിത്തുകൾ പ്രതിരോധിക്കുകയാണ് തുടർന്ന്. അറയിലെ ഇരുട്ടിൽ പിതൃക്കളുടെ രൂക്ഷസ്മൃതി ശ്വസിച്ച് കാലമായാൽ ആരെങ്കിലും നമ്മെ നമ്മുടെ മണ്ണിലെത്തിക്കുമെന്ന് ഭൂരിപക്ഷം കിനാവ് കണ്ടു. 'ഞാനതിൽപ്പാതിവെച്ച് വിളമ്പി' എന്ന് വിത്തെടുത്തുകുത്തുകയാണ് കവി. (പി. പറഞ്ഞ മനുഷ്യന്റെ നിലനിൽപ്പിന്റെ വിത്തുതന്നെ). കുറേ വിറ്റ് ഷെയർ വാങ്ങി. ബാക്കി വിറ്റ് കണ്ടം നികത്തി. ലക്ഷം മേനി വിളയുന്ന എൻട്രൻസ് കൃഷി തുടങ്ങി. പി. കുഞ്ഞിരാമൻ നായരുടെ കാലം ഏറെ മാറിയിട്ടുണ്ടല്ലോ. ഷെയർ മാർക്കറ്റും, വയൽ നികത്തലും, എൻട്രൻസ് കോച്ചിങ്ങ് കൃഷിയും മുന്നോട്ട് വന്നിരിക്കുന്നത് അതുകൊണ്ടു

തന്നെ. പ്രബുദ്ധത എന്ന ആശയത്തിന്റെ മരണം തന്നെ സംഭവിച്ചിരിക്കുന്നു. വിപണിയുടെ ഇടപെടലിൽ മനുഷ്യൻ നിയന്ത്രിക്കപ്പെടുന്ന അവസ്ഥയായി. സാങ്കേതികതയുടെ മുന്നേറ്റം അത്ര കണ്ട് കൂടി. ഒരു സമ്പൂർണ്ണ ഉപഭോക്തൃകൂട്ടമായി മധ്യവർഗ്ഗം പരിണമിച്ചിരിക്കുന്നു. കടവും, മദ്യഭോഗവും മധ്യവർഗ്ഗത്തിന് സ്വീകാര്യമായി. മണ്ണിനെ കച്ചവട വസ്തുവാക്കിയുള്ള ഭൂമിയുടെ മാഫിയാവൽക്കരണം എല്ലാം പുതുകാലത്തേക്ക് കുതിച്ചു/കിതച്ചു വരികയാണ്. മുട്ടറ്റമേയുള്ളൂ ഭൂതകാലക്കുളിർ എന്നു പറയുമ്പോഴും ജൈവികമായ ഒരതിഭ്രമം എല്ലാറ്റിനോടും ഇന്ന് ഏറെ വളർന്നിട്ടുണ്ട്. സമകാലകവിതകൾ സൂചിപ്പിക്കുന്നതും അതാണ്. നിൽക്കുന്നമണ്ണ് ഒലിച്ചുപോകുമ്പോഴുള്ള ആധി തന്നെയാണ് പി.യും ഇടശ്ശേരിയും വൈലോപ്പിള്ളിയും കൊണ്ടു നടന്ന ഉൾക്കണ്ണ്. കേരളീയ ബിംബങ്ങളിലൂടെ എം. ഗോവിന്ദനും, കക്കാടും. ഒ.എൻ.വി.യും, കടമ്മനിട്ടയും സച്ചിദാനന്ദനും കെ.ജി. ശങ്കരപ്പിള്ളയും പിന്തുടർന്നു. ഇരുപത്തൊന്നാം നൂറ്റാണ്ട് പിറക്കുമ്പോഴേക്കും പാരിസ്ഥിതിക പ്രശ്നങ്ങൾ കേരളത്തിന്റെ പ്രമുഖ സാമൂഹ്യ സമസ്യയായി മാറിക്കഴിഞ്ഞു.

രണ്ട്

ആഗോളീകരണത്തിന്റെ ഭാഗമായുണ്ടായ മൂലധനപ്രവാഹവും ഉദാരീകരണ സാമ്പത്തിക നയങ്ങളും സൃഷ്ടിച്ച വികസനഭ്രാന്ത് കേരളീയ സമൂഹത്തെ പരിസ്ഥിതി വിരുദ്ധമായ പുരോഗതി സ്വപ്നങ്ങളിലേക്കാണ് നയിച്ചത്. നഗരങ്ങളുടെയും നഗരപ്രാന്തങ്ങളുടെയും വികാസവും നഗരവൽക്കരണവും വൻതോതിലുള്ള കെട്ടിടനിർമ്മാണവും വസ്തുവ്യാപാരം, ടൂറിസം വ്യവസായം, അടിസ്ഥാന സൗകര്യവികസനം തുടങ്ങിയവയും അനിയന്ത്രിതമായ പ്രകൃതി ചൂഷണത്തിലേക്ക് ചെന്നെത്തി. കുന്നുകൾ ഇടിച്ചുനിരത്തൽ, ജലസ്രോതസുകളും നീർത്തടങ്ങളും കണ്ടൽക്കാടുകളും ചതുപ്പുകളും വയലുകളും നികത്തുന്നത് ഇരുപത്തിയൊന്നാം നൂറ്റാണ്ട് പിറക്കുമ്പോഴേക്കും കേരളത്തിലെ പ്രമുഖ സാമൂഹ്യ സമസ്യയായി. പുതുതലമുറയിലെ കവികളും ഈ ഭാവുകത്വത്തോട് പിന്തിരിഞ്ഞുനിൽക്കുകയല്ല ചെയ്തത്. പുതിയ ചില വഴികളിലൂടെ (ഉദാ: സ്വത്വരാഷ്ട്രീയം) പുതുകവികളും സഞ്ചരിച്ചു തുടങ്ങി. ഇന്ന് പുഴയൊഴുകുന്നത് നടുവിലൂടെയല്ല അരികിലൂടെ, അതും വെള്ളമുള്ളേടത്ത് മാത്രം എന്നും ഓരം തള്ളപ്പെട്ടവരുടെ ദൈനംദിന വസ്തുതകളെ പരിഗണിക്കുന്നു എന്നും പി.പി. രാമചന്ദ്രൻ (കവിതാചർച്ച/ഭാഷാപോഷിണി/സെപ്തം 2002) പറയുന്നത് ജി.എം. വിളകളുടെ കാലത്താണ് എന്ന് ഓർക്കേ

ണ്ടതാണ്. ഇടശ്ശേരിയുടെയും വൈലോപ്പിള്ളിയുടേയും പിന്തുടർച്ചക്കാരനായി ഇടശ്ശേരിപ്പാലം (1988) എന്ന കവിതയിലൂടെ ഇടശ്ശേരിയുടെ കുറ്റിപ്പുറം പാലത്തിനും നെല്ലുകുത്തുകാരിപ്പാറുവിനും ഒരനുബന്ധം ചമയ്ക്കാനായി രാമചന്ദ്രന്.

അവൾതൻ ശുഷ്കിച്ച നെഞ്ചിൽ
ചെവി ചേർത്തിന്നു കേൾക്കുക:
തളർന്ന കൈകളാൽ പാറു
നെല്ലുകുത്തും മിടിപ്പുകൾ

അവൾതൻ പൊള്ളുന്ന നെറ്റി-
ച്ചാലുതൊട്ടിന്നറിയുക:
കലപ്പത്തണ്ടിലക്കോമ
.നമർത്തിയ ജീവിതം

ഈ പുതുകാല വിത്തുസംസ്കാരമാണ് 'കാറ്റേ കടലേ'യായി പരിണമിച്ചത്. (പണിക്കുപോകുന്ന ആ മണ്ണിലാണ് മോഹനകൃഷ്ണൻ കാലടിയുടെ 'പന്ത്കായ്ക്കും കുന്നു'ള്ളത്.)

ഇലയിൽ നിന്നും പച്ച
കുടിച്ചു വറ്റിയതും
പുഴയിൽ നിന്നും കുളിർ
കുഴലുകൾ വലിച്ചതും
മൊഴിയിൽ നിന്നും പൊരു-

ളെടുത്തു മറഞ്ഞതും അവൻ തന്നെയെന്ന് കോളനി (1993) എന്ന കവിതയിൽ. വാങ്ങുക കുടിക്കുക പുറത്തേക്കെറിയുക ജീവിതം നിറച്ചൊരീകൂടുകൾ നാളേക്കില്ല (മാമ്പഴക്കാലം/1993) എന്ന് വിശ്വസിക്കുന്ന പുതുകാലത്തും ഉണ്ണിയെത്തേടി പൊന്നാനിയിൽ നിന്നും വന്ന പൂതമീഞ്ഞാൻ (ഉണ്ണിയെത്തേടി/1994) എന്ന് പി.പി. രാമചന്ദ്രന് പറയാനാവുന്നുണ്ട്. മോൺസാന്റോ ബെയർ സിഞ്ചന്റാ കാലത്ത് കാണെക്കാണെ കൗതുകംപോയി എല്ലാം പരിചിതമാവുന്നത് സ്വാഭാവികം മാത്രം.

കുടിവെള്ളത്തിലും പ്രാണവായുവിൽപ്പോലും കലർന്നുകിടക്കുംവിധം വിപുലമായ അർത്ഥമാനങ്ങളാണ് പുതുകവിതയിലെ പാരിസ്ഥിതികാവബോധം. ഭാഷയുടെ മണ്ണ് രാസികമാവുകയും കഠിനകൃഷി അതിന്റെ സ്വാഭാവികവും നൈസർഗ്ഗികവുമായ സിദ്ധികളെ കെടുത്തിക്കളയുകയും ചെയ്ത സാഹചര്യത്തിലാണ് കവിതയിൽ ജൈവകൃഷി പരീക്ഷിക്കപ്പെടുന്നത് എന്ന റഫീക്ക് അഹമ്മദിന്റെ നോട്ടം ശ്രദ്ധേയമാണ്.

പടർ വേരുകളോടെ മരങ്ങൾ
പടർ വള്ളികൾ കൂണുകൾ മുളകൾ
ഇടമില്ലാതല്ലോ നെഞ്ചിൽ
നഖമാഴ്ത്താൻ പാഞ്ഞുവരുന്നു

എന്ന് ഇടങ്ങൾ എന്ന കവിതയിൽ പറയുന്നു റഫീക്ക്. നിൽക്കാനിടമില്ലാത്തവന്റെ വേദനയാണത്. നാമാവശേഷം എന്ന കവിത അന്യം നിൽക്കലിന്റെ കാലത്തെ ചരിത്ര രേഖയാണ്. പണ്ട് സസ്യപ്പെടുകയും മൃഗപ്പെടുകയും ചെയ്ത മനുഷ്യരുണ്ടായിരുന്നു-പുലി കേശവൻ, പയറുമണി വേലായുധൻ, കുറുക്കന വറാൻ, മൈനക്കുഞ്ഞാമിന എന്നിങ്ങനെ. പുതിയകാലം മനുഷ്യപ്പെട്ട മൃഗങ്ങളുടേതാണ്-മണിയനെന്നൊരാട്, കുട്ടിശങ്കരനാന, ടോമി എന്ന നായ എന്നിങ്ങനെ. സസ്യദൈവങ്ങളുടെയും മൃഗ ദൈവങ്ങളുടേയും സ്ഥാനത്ത് ആൾദൈവങ്ങളും പിശാചുക്കളും. ഈ കീഴ്മേൽ മറിയൽ മനുഷ്യബോധത്തിന്റേയും ദർശനത്തിന്റേയും കൂടിയാണ്. ഈ സ്ഥലികളിൽ നിന്നാണ് 'ഇടയ്ക്കു ചെല്ലുക കൊടും കാടിൻ പച്ച നിറച്ചുപോരുക' എന്ന് (വനാന്തരം) കവി പറയുന്നത്. ഭയന്ന മാനിന്റെ തിരിഞ്ഞുനോട്ടത്തിൽ തിരിച്ചുവന്നേക്കാം മരിച്ച ജാഗ്രത എന്നുകൂടി പറയുമ്പോഴേ വിത്തുസംസ്കാരത്തിന്റെ പലമ തിരിച്ചുവരുന്നുള്ളൂ. അരണ്യയാത്രകൾ തിരിച്ചുപോക്കല്ല ഒടുക്കമെത്തേണ്ടും ഇടവുമല്ലവ എന്ന ചിന്തയിൽ ആത്മീയ വാദികളുടെ 'പ്രകൃതിയിലേക്കു മടങ്ങ്'ലിലെ സരളതയല്ല കാണാനാവുക. വൃശ്ചികം വന്നുവോ പോയോ എന്നൊന്നും കവി അറിഞ്ഞീല.

പെട്ടെന്നുണർന്ന ചുമയിലടിമുടി
പൊട്ടിത്തകർന്നു കിതച്ചുതുപ്പീ വിഷ
പ്പച്ച കലർന്ന കഫക്കട്ട, എന്തൊന്നൊ-
രാശ്വാസമിപ്പോൾ! കലണ്ടർ മറിച്ചിടൂ

(വൃശ്ചികം തന്നത്) എന്ന് പറയാനേ കീടനാശിനിയുടേയും കളനാശിനിയുടേയും പുതിയകാലത്ത് കവിക്കാവൂ. ഊരിലെത്തൊടി വിറ്റു/അതിലെ പുരവിറ്റു/പൂവാലിപ്പശുവിനെ/കോഴിയെ, താറാവിനെ-പിന്നെയീ നഗരത്തിൻ/ഹൃദയധമനിയിൽ/പൊന്തിയ ഫ്ളാറ്റൊന്നിലെ/ചില്ലയിൽ കൂട്ടിൽ കൂടിയ (അറ്റം) ഒരു ജീവിതത്തിന് മറ്റെന്താണ് പറയാനാവുക?

ആ പശു നിന്നേടത്തെ കറുക വരമ്പുകൾ
മാഞ്ഞുപോയ്, കാണാതായ് പുള്ളിന്റെ ചുറ്റിക്കളി
അതിന്റെ കുളമ്പുകൾക്കിടയിൽ നിന്നും പിണർ
കണക്കെ പുളഞ്ഞോടി തിളച്ച വെയിൽപ്പാത

എന്നും ആ പശു എന്ന കവിതയിൽ വായിക്കാം. ഇത്തരം 'വികസനം' കൂടുതൽ ഉൽപ്പാദനം കൂടുതൽ ഉപഭോഗം (മാലിന്യവും) കൂടിയ വേഗം, അധിക സൗകര്യം തുടങ്ങിയ നഗരവൽക്കരണത്തിന്റെ നാലുവരിപ്പാതയിൽത്തന്നെയാണ് സഞ്ചരിക്കുന്നത്. പുതു(ക)വിതയും പഴയ കൂട്ടുകാരനെ കണ്ടുമുട്ടുന്നുണ്ട്. പാതയുടെ അങ്ങേക്കരയിൽ എന്നു മാത്രം.

എസ്. ജോസഫിന്റെ കവിതകൾ പ്രകൃതിയും സാധാരണക്കാരുടെ നിത്യജീവിതവുമായുള്ള ഇഴപിരിയാത്ത ബന്ധത്തിന്റെ ഗ്രാമ്യമായ ആവിഷ്ക്കാരങ്ങളാണ്. വിസ്മൃതിയിലാണ്ടുപോകുന്ന ഗ്രാമീണജീവിതവും ഗ്രാമസസ്യങ്ങളും ആ കവിതകളിൽ പുനർജ്ജനിക്കുന്നു. ഒറ്റപ്പെട്ടുപോയ വിത്തുകളുടെ/വംശങ്ങളുടെ ജൈവസാനിധ്യം ഈ കവിതകളിൽ കാണാം. അത്തരക്കാരുടെ ഐഡന്റിറ്റി കാർഡ് കൂടിയാവുകയാണ് ജോസഫിന്റെ കവിതകൾ. കൊട്ട എന്ന കവിതയിൽ

ഇന്ന് പാടങ്ങളുടെ, കുളങ്ങളുടെ ഓരങ്ങളിൽ നിന്ന്
ഒട്ടലുകൾ കൊണ്ടുവരുന്നില്ല
കുന്നിൻ പുറങ്ങളിൽ നിന്നു തേരു കൊണ്ടുവരുന്നില്ല
പാട്ടുകളും ഇല്ല

എന്നാണ് കൊട്ടകെട്ടാനാകാത്തതിനു കാരണമായി പറഞ്ഞിരിക്കുന്നത്. ഒരു ചെറിയ ലോകത്തു ജീവിക്കുന്ന വംശം/വിത്ത് അവരുടെ ചെറിയ ഉപകരണങ്ങളിലൂടെ അധ്വാനത്തിലൂടെ എങ്ങനെ പ്രാപഞ്ചിക വീക്ഷണം പുലർത്തുന്നൂ എന്ന് കാട്ടിത്തരുന്നുണ്ട്. മീൻകാരൻ എന്ന കവിതയിൽ തോടുണ്ടായിരുന്നേടത്ത് ഇപ്പോൾ കാണുന്നത്:

ഒരു കോഴിക്കട
സിമന്റു തേച്ച വർക്ക്ഷോപ്പ്
മണ്ണിട്ടു പൊക്കിയ പാടം
മീൻ കാരനെ കാണാനേ വയ്യ

ചുരുങ്ങിയ വാക്കുകളിലെ പ്രകൃതി വിരുദ്ധതയെ എത്ര പെട്ടെന്നാണ് കവി ധ്വനിപ്പിച്ചിരിക്കുന്നത്! 'അതേ വഴി' എന്ന കവിതയിലും മാറിയ ലോകത്തെ കാണിച്ചുതരുന്നുണ്ട്.

കളിച്ചു കളിച്ചു മഴയെല്ലാം വെയിലായല്ലോ
പണിയെല്ലാം പോയല്ലോ

എന്ന മീൻകാരനിലെ ചെറുവരി മതിയാവും പ്രകൃതിനാശം ജീവനാശമായി മാറിയതിന്. പിറന്നവീട് എന്ന കവിതയിൽ

തുറന്നുവെച്ച പാടങ്ങളിൽ
തുറന്നുവെച്ച കുളങ്ങളിൽ

തുറന്നുവെച്ച ആകാശത്ത്
ജീവിതം തുറക്കുന്നു

എന്നാണ് പറയുന്നത്. ഈ തുറക്കലുകളുടെ ലാളിത്യമാണ് എസ്. ജോസഫിലെ ജൈവീകത. വിത്ത് സംസ്കാരം തന്നെയാണത്. കാവ്യതന്ത്രങ്ങൾക്കപ്പുറം കാഴ്ചകൾകൊണ്ട് എഴുതിയ പശു എന്ന കവിത നോക്കുക.

പശു മേഞ്ഞ് ചെളിയിൽ താഴുന്നു
അതിന്റെ നിലവിളി കുമിളകളായ്
അവിടം പുൽക്കൊടി പഴയപോലായ്

തിരിഞ്ഞുപോ കുട്ടീ! തിരിഞ്ഞുപോ കുട്ടീ!
വെയിലും പോകുന്നു ഇരുള് വീഴുന്നു

എന്ന വരിയിലെത്തുമ്പോഴേക്കും പുതിയകാലത്തിന്റെ ആധി വായനക്കാരിലേക്ക് അരിച്ചെത്തുകയായി.

ടി.പി. രാജീവന്റെ 'വയൽക്കരെ ഇപ്പോഴില്ലാത്ത' എന്ന കവിതാസമാഹാരം പേര് സൂചിപ്പിക്കും പോലെ ഒരു വിത്തുസംസ്കാരത്തിന്റെ മായലുകളാണ്. സ്വപ്നങ്ങളുടെ അപൂർവ്വശേഖരമാണ് ഇത് ഓർമ്മിപ്പിക്കുന്നത്. പട്ടണത്തിൽ പുതുതായി പണികഴിപ്പിച്ച വീട്ടിലും വേണമെന്നുണ്ട് സ്വപ്നങ്ങളുടെ ഒരു ശേഖരം. പക്ഷേ, എത്ര പരസ്യം ചെയ്തിട്ടും കിട്ടാനില്ല എപ്പോഴും കിടന്നുറങ്ങുന്ന ഒരാളെ ആരെങ്കിലും ഉണരുംമുമ്പെ പണിതീർത്തുപോകുന്ന ഒരുവളെ (സ്വപ്നങ്ങളുടെ മ്യൂസിയം) എന്നു പറയുമ്പോൾ ഇപ്പോഴില്ലാത്ത നാട്ടുവിത്തുകളുടെ മ്യൂസിയമായി മാറുന്നു കവിത.

തീവ്രപരിചരണ വിഭാഗത്തിൽ നിന്നുപുറത്തിറങ്ങി
വയൽക്കരെ, ഞങ്ങളുടെ ഇപ്പോഴില്ലാത്ത വീട്ടിലേക്കാണ്
അച്ഛൻ നേരെ വന്നത്
പട്ടണത്തിലേക്ക് താമസംമാറിയതിന്റെ പിറ്റേവർഷം
തുലാത്തിൽ ഇടിഞ്ഞു പൊളിഞ്ഞു വീണ ആലയിൽ
അകിടു നിലത്തുമുട്ടി, നീറി, പശുക്കൾ കരഞ്ഞു!

എന്ന് (ആയിരാമത്തെ പൂർണ്ണചന്ദ്രൻ) പറയുമ്പോഴേക്കും നഷ്ടപ്പെട്ടുപോവുന്ന വയൽ സംസ്കൃതിയുടെ ചിത്രം തെളിയുകയാണ്. (സുരേന്ദ്രൻ കാടങ്കോടിന്റെ കാളയും കലപ്പയും എന്ന കവിതയിൽ മനുഷ്യർക്ക് തിന്നീടുവാൻ റോഡ് മതിയോ എന്നാണ് കാള കലപ്പയോട് ചോദിക്കുന്നത്. അപ്പനേയോ അപ്പന്റെ കലയേയോ കണ്ടിട്ടില്ലാത്ത എന്റെ മകൾ അവളുടെ അമ്മയോട് ചോദിക്കുന്നു 'അരിയുണ്ടാക്കുന്ന മരം ഏതാണമ്മേ' എന്ന് സുധീഷ് കോട്ടേമ്പ്രത്തിന്റെ മൂരികളുടെ അപ്പനും എന്റെ മകളും എന്ന

കവിതയിലെ മകൾ.) പ്രകൃതി പാഠങ്ങൾ, മരം, വെള്ളം തുടങ്ങിയ കവിതകളിലും ഇത്തരം ആകുലതകൾ നിറച്ചുവെച്ചിട്ടുണ്ട്. മാതൃ ഭാഷ വേറെയായതിനാൽ അവനത് മനസ്സിലായില്ല. മഞ്ഞുറയുന്ന ഉച്ചവെയിൽ എനിക്കും എന്ന് മറ്റൊരു കവിതയിൽ (തണുത്തു റഞ്ഞ വെയിൽ) പറഞ്ഞപോലെ ജി.എം. വിളകളിൽ നിന്ന് നാട്ടു വിളകളിലേക്കുള്ള മനസ്സിലാവായ്മ ഈ കവിതകളെ നാട്ടുപച്ച യിലേക്ക് പിടിച്ചുനിർത്തുന്നുണ്ട്.

പ്രകൃതി ബിംബങ്ങളിൽ നിന്നും സാമൂഹ്യ ചലനങ്ങളിലേ ക്കുള്ള പരിണാമം വീരാൻ കുട്ടിയുടെ കവിതകളിലുണ്ട്. ജൈവികമാണ് ആ കവിതകളെല്ലാം. പൂക്കൈത പോളവിട്ടുണ രുന്നതിന്റേയും പുന്നെല്ല് കിളിരിട്ടു മലരുന്നതിന്റേയും തീരെ ചെറിയ ഇനം ചില ഒച്ചകളെപ്പോലും (1997) അത് അടയാളപ്പെ ടുത്തുന്നു. ഭൂമിക്കടിയിൽ/വേരുകൾ കൊണ്ട്/കെട്ടിപ്പിടിക്കുന്നു,/ ഇലകൾ തമ്മിൽ/തൊടുമെന്ന് പേടിച്ച്/നാം/അകറ്റി നട്ട/മരങ്ങൾ (ആശ്ലേഷം/2005) എന്ന കവിതയിലെ മനുഷ്യന്റെ ഇടപെടൽ പ്ര കൃതിയിലേക്കുള്ള അവന്റെ കടന്നുകയറ്റം കൂടിയാണ്. അതു കൊണ്ടാണല്ലോ എടുത്തുവെച്ചത് എന്ന കവിതയിൽ യാത്ര തീർന്നു മടങ്ങി വന്നപ്പോൾ ബാക്കി വന്ന ബിസ്‌ലേരി വെള്ളം ചെമ്പരത്തിച്ചുവട്ടിൽ ഒഴിച്ചപ്പോൾ ആ നനവിൽ നിന്ന് ചിറകു വെച്ചു പറന്നുപോകുന്ന നീർക്കിളികളേയും മാനുകളേയും മീനുകളേയും പുഴയിലേക്ക് ചാഞ്ഞചില്ലുകളുള്ള മരങ്ങളേയും നമുക്ക് കാണാൻ കഴിയുന്നത്. അപ്പോഴും വിത്തുണർവ്വിന്റെ അവ സാനിക്കാത്ത ആനന്ദം കാണാതിരിക്കാൻ കവിക്കാവുന്നില്ല.

മണ്ണു ചവിട്ടിക്കുഴച്ച്
വിതയ്ക്കുന്നവരെ
മൺവിരിപ്പിൽ തന്നെ
ഉറങ്ങുന്നവരെ
കാലിനടിയിലെ മണ്ണ് ഊർന്നുപോകുമ്പോൾ
ജീവൻ കൊണ്ട്
കെട്ടിപ്പിടിച്ച് കിടക്കുന്നവരെ
ആയവരെപ്പറ്റിയെല്ലാം ഭൂമിയോടു ചോദിച്ചാൽ
കതിരിട്ടും തളിരിട്ടും കാണിക്കും
വാക്കു കിട്ടാത്ത അതിന്റെ
അവസാനിക്കാത്ത ആനന്ദം

(ഭൂമിയോടു ചോദിച്ചാൽ/2011) പൂത്തപടി (2005) എന്ന കവിത യിലും ഈ നിറവ് കാണാനാവും. ഒരു കൂന കരിയിലയെ ഉരുള ക്കിഴങ്ങിന്റെ കൂമ്പാരമാക്കി മാറ്റാനും ചപ്പുചവറുകളെ തക്കാഴി

പ്പഴമാക്കിമാറ്റാനും പ്രകൃതിക്കറിയാം. മാങ്ങ ഉണ്ടാക്കാനുള്ള മാവിന്റെ സ്വന്തം അറിവിന്റെ ആഴമളക്കാൻ നമുക്കാവില്ല എങ്കിലും ഈ അറിവിനെ അറിയുവാനുള്ള ഒരു വിനീതശ്രമമാണ് വിത്തു സംസ്കാരത്തിന്റെ ഓരോ എഴുത്തിലും കവികൾ ശ്രമിക്കുന്നത്. അതിൽ അവർ ശ്രദ്ധാലുവാണെന്നും.

സെബാസ്റ്റ്യന്റെ കവിതകളിൽ കാലത്തിന്റെ കെടാത്ത ജാഗ്രതയുടെ വിത്തനുഭവം കാണാം. അതിന്റെ നനവ് ഒരേ സമയം അകത്തേക്കും പുറത്തേക്കും പടർന്നുകിടക്കുന്നു. നാനോവിദ്യയാൽ ഭൂഗോളത്തെ ആയിരം കോടി ചെറുതാക്കി ഒരു നെല്ലിക്കയോളമാക്കി ഉള്ളംകൈയിൽ വെച്ച 'കരതലാമലകം' എന്ന കവിതയിൽ പഴയരൂപത്തിലാക്കാൻ ശ്രമിച്ച് പരാജയപ്പെട്ടകാര്യം പറയുന്നുണ്ട്. നാനോ ടെക്നോളജിയുടെ വിരുതുകൊണ്ട് ലോപിച്ച പൂർവ്വരൂപത്തിലാക്കാനാവാത്ത ഒരു കൊച്ചുഭൂമിയിലാണ് ഇപ്പോൾ നമ്മൾ എന്നു പറയുമ്പോൾ മോൺസാന്റോ/ബെയർ/സിഞ്ചന്റാ നിർമ്മിച്ച ജനിതക വിത്തായി മാറിയ ഒരു ലോകം നമ്മുടെ മുന്നിലുണ്ട്. പൂർവ്വ രൂപത്തിലാക്കാനാവാത്ത ഒരു കൊച്ചു ഭൂമിയിൽത്തന്നെയാണ് നമ്മൾ. 'ഇതൊരു സത്യമാണ് രഹസ്യവുമാണ്' എന്ന മൊഴി ഒരു പുതിയ ഭഗവദ്ഗീതയായി നിലകൊള്ളുകയാണ് അപ്പോൾ.

ഉള്ളിടത്ത് എന്ന കവിതയിൽ നാട്ടുമ്പുറത്തെ വീടും പറമ്പും വിറ്റുവാങ്ങിയ ടൗണിലെ ഫ്ളാറ്റിനുമുന്നിൽ ആറ് സ്ക്വയർഫീറ്റ് കോൺക്രീറ്റ് ഭൂമിയുണ്ടല്ലോ അവിടെ രാജസ്ഥാനിലെ ഏതോ ഗ്രാമത്തിൽ കണ്ട വയലിൽ പണിയെടുക്കുന്ന ആളെപ്പോലെ കർഷകനാവണം എന്നു പറയുമ്പോൾ, കർഷകനായ അപ്പൻ നട്ടുപിടിപ്പിച്ച തെങ്ങും മാവും പ്ലാവും ഇപ്പോഴും ഉണ്ടാകുമോ പിന്നെ മണ്ണിൽ? എന്ന് ഓർമ്മിക്കുമ്പോൾ ഒരേ സമയം കൊണ്ടു നടക്കുന്നുണ്ട് പുതുകാലത്തിന്റെ സ്വപ്നവും സന്ദേഹവും. പുതു കർഷകന്റെ അങ്കലാപ്പ് തന്നെയാണിത്.

'മഴയ്ക്ക് തലവച്ച ഒരു വണ്ടി'യിൽ
ജാലകത്തെ ഇടത്തട്ടുകാരനാക്കി
ഞാനിറങ്ങുന്നിടത്തോളം
കണ്ണിപ്പെടുന്ന
എല്ലാ മരങ്ങളും വാങ്ങി നിറക്കുന്നു ഉള്ളിൽ
മടക്കയാത്രയിൽ അവയെ
അവിടങ്ങളിൽത്തന്നെ നട്ടുപിടിപ്പിക്കാൻ

എന്നു വായിക്കുമ്പോൾ അനുഭവപ്പെടുന്ന ചേറിന്റേയും മണ്ണിന്റേ

യും തീഷ്ണഗന്ധം വായനക്കാരേയും കർഷകനാക്കുന്നുണ്ട്. സെബാസ്റ്റ്യന്റെ കവിത മുന്നോട്ടുവെക്കുന്ന ഹരിതദർശനം ഈ ലാവണ്യസംസ്കാരം തന്നെ.

നമ്മുടെ സാമൂഹ്യ വിപര്യയത്തെ അപ്പാടെ കവികൾ ആദർശാത്മകമായി എഴുതിയപ്പോൾ അതിലെ സത്യസന്ധതയെക്കുറിച്ചുള്ള ആധി, നവ സാമൂഹിക വിപത്തിന്റെ മറുപുറമായി കെ.ആർ. ടോണി എഴുതിയിട്ടുണ്ട് 'ഉങ്ങ്' എന്ന കവിതയിൽ. തണൽ മരത്തിന്റെ സഹജഗുണങ്ങൾ സരളമായി വിവരിച്ച കവി വൃക്ഷാരാധന, വനസംരക്ഷണം എന്നീ ആദർശാഖ്യാനങ്ങളുടെ മറുപുറത്തേക്ക് കവിതാന്ത്യത്തിൽ നമ്മെ വലിച്ചിടുന്നു.

ഉങ്ങ് ഒരു സംസ്കാരമാണ്
ഉങ്ങിന്റെ തായ്ത്തടി നല്ല വണ്ണമുള്ളതാണ്
മുറിച്ചുവിറ്റാൽ നല്ല വില കിട്ടും

ഏതൊരാദർശാഖ്യാനത്തേയും മുഖവിലയ്ക്കെടുക്കുന്ന മുഖ്യധാരാവബോധത്തെ, അതിന്റെ അടിസ്ഥാന വൈരുദ്ധ്യങ്ങളെ, ആഴിച്ചുഴികളെ ക്ഷണിക്കുന്നു ടോണിയുടെ ഈ പ്രതിരോധം. എന്തും വിൽപ്പനച്ചരക്കാക്കുന്ന ഈ മാനസികാവസ്ഥ തന്നെയാണ് വിത്തെടുത്തുകുത്തുന്നതും പത്തായത്തെ ആന്റീക്ഷോപ്പിലേക്ക് പറഞ്ഞയക്കുന്നതും.

ഇത്തരം ആദർശാത്മകതയെ പരിഹാസത്തിലും വിമർശനത്തിലും ചേർത്തുവെക്കുന്നുണ്ട് പി.എൻ. ഗോപീകൃഷ്ണന്റെ പിതൃലേഖനം എന്ന കവിത. ഞാൻ എന്റെ അച്ഛന്റെ/വാച്ചു കെട്ടുന്നുണ്ട്/അച്ഛൻ വളച്ചുകെട്ടിയ മണ്ണ് അനുഭവിക്കുന്നുണ്ട്/അച്ഛൻ നട്ട പ്ലാവിന്റെ/ചക്ക തിന്നുന്നുണ്ട്/പക്ഷെ അച്ഛന്റെപോലെ/മുടി ചീകുന്നില്ല എന്നും ഒരു വെളുത്ത ഷർട്ട് വാങ്ങി/അച്ഛന്റെ പടം വരച്ച്/ധരിക്കാൻ എന്നെ കിട്ടില്ല/പക്ഷെ,/അത് ചുമരിൽ തൂക്കാൻ/എന്നെ കിട്ടും എന്നുപറയുന്നുണ്ട്. സസ്യങ്ങൾക്കും ജന്തുക്കൾക്കും ഒപ്പം മാത്രമല്ല മരിച്ചവർക്കൊപ്പം നടക്കാനും എന്നെകിട്ടില്ല എന്ന് പറയുന്നതിലൂടെ രണ്ട് സംസ്കാരസ്ഥലികളെ അടയാളപ്പെടുത്തുക കൂടി ചെയ്യുന്നു. പുതുകാലത്തിന്റെ സങ്കീർണ്ണമായ യാഥാർത്ഥ്യങ്ങളെയും സമസ്യകളെയും ചിന്തയിലും വാക്കിലും വരികളിലും സന്നിവേശിപ്പിക്കുകയാണ് കവി. അങ്ങനെയും ഒരു ലോകമുണ്ട് എന്ന കവിത സംസാരിച്ചുമടുക്കുന്ന വേഗതയുടെ പുതുലോകത്തിൽ നിന്നുമുള്ള പിന്നോക്കലോകത്തെ കണ്ടെത്തലാണ്. ജപ്പാൻ കണ്ട് മടങ്ങിയെത്തിയ ചേച്ചി തൃശ്ശൂരും ദില്ലിയും ജപ്പാനിലായിരുന്നെങ്കിൽ എന്നും പോയ്വരാമായിരുന്നു എന്ന്

വേഗംവേഗം എന്ന കവിതയിൽ പറയുന്നുണ്ട്. അത്തരം പുതു ലോകത്തിലാണ് അവിടെയൊരിക്കൽ ടെലിഫോൺ എറിഞ്ഞുടച്ച ഒരാൾക്ക് നോബൽ സമ്മാനം ലഭിച്ചേക്കും എന്ന് പറയുന്നത്.

ഒച്ചയിൽ നിന്നും
നിശബ്ദത കണ്ടെത്തിയതിന്
വേഗതയിൽ നിന്നും
നിശ്ചലത ആവിഷ്കരിച്ചതിന്

എന്നും പറയുന്നത് ഒരു പുതുസംസ്കാരത്തെ കണ്ടെത്തലാണ്. നിനക്ക് ഒരു മാവിൻതൈ തരാമെന്ന് ഞാൻ പറഞ്ഞതും മറന്നു പോയി അല്ല മറന്നതായി അഭിനയിച്ചു എന്നുപറയുന്ന കാലത്ത് (പിതൃലേഖനം) ഈ പുതുസംസ്കാരത്തിന് ഏറെ പ്രസക്തിയുണ്ട്.

പ്രകൃതിയുടെ വന്യതയും പെണ്ണിന്റെ കാമനകളും പ്രണയവും ഒന്നായിച്ചേരുന്ന 'ഇക്കോ ഫെമിനിസ്റ്റ്' സമീപനമുള്ള വി. എം.ഗിരിജയുടെ നിശ്ശബ്ദഹരിതവനം എന്ന കവിതയിലെ വിത്തനുഭൂതി നോക്കുക:

നിശ്ശബ്ദ ഹരിതവന-
മെന്റെയുടൽ
ചർമ്മത്തിൽ കുളുർത്ത സാന്ത്വനം
വിരലുകൾ... കാറ്റിൻ കിളുന്തുകൾ...
മിഴികളിൽ തെളിനീരുറ്റുകൾ,
ചുണ്ടിൽ നനഞ്ഞ പൂവിതൾ
മുലകളിൽപ്പൂക്കും വസന്തം,
അടിവയറ്റിൽ നീ മുഖം മറയ്ക്കവേ
പൊന്തും പുതുമണ്ണിൻ മണം
കടുംപച്ചപ്പിന്റെ കടൽ,
ഞരമ്പിന്റെ വഴികളിൽ
സ്പർശലഹരികൾ...
ഇതു നിശ്ശബ്ദകാനനം.

പ്രമീളാദേവിയുടെ 'ഏട്ടിലെ പശു പുല്ലു തേടുന്നു' എന്ന കവിതയിൽ ഈ വിത്തനുഭൂതിയുടെ സ്വാതന്ത്ര്യവും സ്ത്രീ സ്വത്വ ബോധവും പ്രഖ്യാപിക്കുന്നു.

കുരുക്കിൽ നിന്നെന്നെ-
യഴിച്ചെടുത്തിനി
ഋതുക്കൾ വന്നുപോം
വഴികളിൽ, കാല-
പ്പകർച്ചകളിൽ മേയാൻ
ഒരുക്കിടട്ടെ ഞാൻ...

അനിതാ തമ്പിയുടെ ഊണ് (2003) എന്ന കവിതയിൽ ഉച്ചി പൊള്ളി നിഴലുകൾ കുറുക്കിവറ്റിക്കുന്ന 'അതേ സൂര്യ'നെ കുറുക്കിവറ്റിച്ച ഒരു വറ്റിനെക്കുറിച്ചുപറയുന്നു. ഊർജ്ജത്തിന്റെ നാനോ ആണത്. അന്നം (2003) എന്ന കവിതയിൽ ആ വറ്റിൽ നിന്നും നീരുവലിച്ചുതുടങ്ങിയതും എന്നെന്നേക്കും ആറിക്കിടക്കുമോ ഈ വീടിന്റെ വിശപ്പ് എന്നും ചോദിക്കുന്നുണ്ട്. വീടിന്റെ വിശപ്പടങ്ങിപ്പോകുന്ന ജീവിതം. ഭക്ഷ്യയോഗ്യമല്ലാതായിപ്പോകുന്ന ജനിതകമാറ്റംവന്ന ജീവിതമാണിത്. വേവ് കുറഞ്ഞജീവിതം. എത്ര പ്രഷർ കുക്കറിൽ വേവിച്ചാലും വേവാത്ത പുതുകാല ജനിതകം രൂപപ്പെടുത്തിയ 'സുവർണ്ണ അരി'ത്തലമുറ തന്നെയാണത്.

കുഴൂർ വി'ന്റെ കൃഷിക്കാരൻ എന്ന കവിതയിൽ ഞാനിപ്പോൾ തിന്നുന്ന പഴത്തിന്റെ കൃഷിക്കാരൻ എവിടെയായിരിക്കും? എന്ന ചോദ്യമുണ്ട്. അനിതാതമ്പിയുടെ 'ഊണി'ലെ ഓരോ വറ്റിനും ഉള്ളിന്നുമുള്ളിൽ എത്രയോ നെൽവയലുകൾ എന്ന ഉത്തരമല്ല അത്. കൃഷിക്കാരനെ ഓർത്തപ്പോൾ കൃഷിക്കാരനായ അപ്പനെ ഓർമ്മവന്നത് അല്ല; ഒരു പഴം വേണ്ടിവന്നു ഈ തെറിച്ച വിത്തിനു സ്വന്തം കൃഷിക്കാരനെ ഓർമ്മിക്കുവാൻ എന്നതാണ് കഷ്ടമാവുന്നത്. ഡാഫഡിൽ ചെടിയുടെ ജനിതകം പേറുന്ന സുവർണ്ണ അരിയുടെ മുന്നിലിരുന്ന് നല്ല കൈക്കുറ്റശരിയെ ഓർമ്മിക്കേണ്ടി വരുന്ന ഒരവസ്ഥ. മനുഷ്യനുൾപ്പെടേയുള്ള ജീവികളുടെ മുന്നിലെ ഏറ്റവും വലിയ യാഥാർത്ഥ്യം വിശപ്പാണെന്നും അതിന് വാണിജ്യപ്രാധാന്യമുണ്ടെന്നും അഗ്രികൾച്ചറിൽ നിന്നും അഗ്രി ബിസിനസിലേക്കുള്ള ദൂരം കുറക്കാനാവുന്നുണ്ടെന്നുമൊക്കെ ഈ കവിത ഓർമ്മിപ്പിക്കുന്നുണ്ട്.

ചീത്ത കാലത്തിരുന്നുകൊണ്ട് കരുണയും സ്നേഹവും സങ്കല്പിക്കാനും പ്രകൃതിയേയും മനുഷ്യനേയും ഇടയ്ക്കെങ്കിലും ആഘോഷിക്കാനുമുള്ള പ്രത്യാശയാണ് പി.എ. നാസിമുദ്ദീന്റെ 'ഒരു വിത്തും ദൈവവും'. വിതക്കാരന്റെ മുറത്തിൽ നിന്ന് മുൾപ്പടർപ്പിലേക്ക് വീണ വിത്തിന്റെ ഉന്മാദമാണ് ഈ കവിത. ആഖ്യാതാവാണ് ആ വിത്ത്. കവിയും കവിതയുമുണ്ടാവുന്ന വിത്തിന്റെ രസതന്ത്രം അതിലുണ്ട്. കരുണയുടേതാണത്. ആൾമാറാട്ടം എന്ന കവിതയിലും ഈ ഉന്മാദത്തിന്റെ വിത്ത് കാണാം. പരിശുദ്ധ സാന്നിദ്ധ്യവും.

മണ്ണിന്റെ പച്ചവേരുകളിലേക്ക് ആഴ്ന്നിറങ്ങുന്ന നവനാഗരിക യന്ത്രപ്പല്ലുകളിൽ മുറിയുന്നത് തന്റെ ഹൃദയ ധമനികളാണെന്ന തിരിച്ചറിവിലാണ് ദിവാകരൻ വിഷ്ണുമംഗലം വിത്ത് എന്ന കവി

തയെഴുതുന്നത്.

മൃത്യുവിൻ പക്ഷിയെൻ ജീവകോശങ്ങളെ
കൊത്തിപ്പെറുക്കും സിരാപഥങ്ങൾ നീറ്റു-
മുഷ്ണവാദങ്ങൾ ചുഴറ്റുന്നു, തപ്തമാം
വിത്തിന്നകത്തു മുളച്ചുവിങ്ങുന്നുഞാൻ
എന്ന് കെട്ടകാലത്ത് പറയുമ്പോഴും
ഞാൻ വരും ഭൂമി പിളർന്നുകൊണ്ടുന്മത്ത-
വേഗം ത്രസിക്കുന്ന ജീവിതാസക്തിയാൽ

....

മണ്ണിന്റെയാഴങ്ങളിൽ വന്യദാഹങ്ങൾ
വിങ്ങിക്കിടക്കുന്ന സ്വപ്നമാണിന്നു ഞാൻ

പ്രതീക്ഷപോലും ബാക്കിയില്ലാത്ത എൻഡോസൾഫാൻ കാലത്താണ് ഞാൻ അന്തകവിത്തേ(2010) എന്ന കവിതയെഴുതുന്നത്. വിയർപ്പ് വയൽ നികത്തി ചൂണ്ടുവിരൽ മടക്കി നെറ്റികോറി അക്ഷമ കാണിക്കുന്നതും കാളകൾ വേലിക്കൽ നിന്ന് നിൽക്കാൻപോലും കൂട്ടാക്കാതെ കിടന്ന് ജനങ്ങളാണ് യജമാനരെന്നും എല്ലാ അധികാരികളും അവരുടെ സേവകരാണെന്നും വിമർശിക്കുന്ന ഒരിടം ആ കവിതയിലുണ്ട്. സമരത്തിലേക്ക് പുറപ്പെട്ട് ഓരോ കവലയിലും മാറിമാറി നോക്കിനിന്ന് മണ്ണ് ലോഡൊന്നിന് കൃത്യമായ തുക മേടിക്കുന്ന രാഷ്ട്രീയ പരിസ്ഥിതിയും കത്തി വയലിൽ പണിയൊന്നും കാണാഞ്ഞ് ചുമ്മാ, തൊഴിലുറപ്പിലേക്ക് റോട്ടിലിറങ്ങി നടക്കുന്നതും ഈ കവിതയിൽത്തന്നെ. ഓണം കഴിഞ്ഞിട്ടും പുറത്തുവരാത്ത അന്തകവിത്താണ് ഇപ്പോഴുള്ളത്. മൂന്നടി കഴിഞ്ഞിട്ടും മുന്നൂറടി കഴിഞ്ഞിട്ടും ഒരു കൊടിക്കാലിനും നിന്നെയളക്കാനാവുന്നില്ലല്ലോ എന്നതാണ് സത്യം. രാസവളങ്ങളുടെയും കീടനാശിനികളുടെയും ഉപയോഗം അത്രകണ്ട് കൂടിയിരിക്കുന്നു. എൻഡോസൾഫാൻ തളിക്കപ്പെട്ട കാസർഗോഡ് ജില്ലയുടെ തീരാവേദനതന്നെ തെളിവാണ്. ആകാശമാർഗേണയുള്ള കീടനാശിനി ഉപയോഗം തലമുറകളോളം ജനിതക വൈകല്യങ്ങൾ സൃഷ്ടിക്കാനായി. എൻട്രി (2011) എന്ന കവിതയുടെ പശ്ചാത്തലം അതാണ്. കീടനാശിനികൾ തളിക്കുമ്പോൾ ജനങ്ങൾ മാറിനിൽക്കണമായിരുന്നു എന്ന് ജസ്റ്റിസ് സി.എൻ. രാമചന്ദ്രൻ നായരുടെ പ്രതികരണം ഒഴിഞ്ഞുമാറിയില്ലിതേവരെ (2013) എന്ന കവിതയ്ക്ക് കൂട്ടായി.

അരിയെ മറന്ന് അമ്മയെ മറന്ന് ഗോതമ്പിലേക്കും മൈദയിലേക്കും മടങ്ങിയ ക്ഷാമകാലം വിമീഷ് മണിയൂരിന്റെ റേഷൻ

കാർഡ് എന്ന കവിതയിലുണ്ട്. ഹരിത വിപ്ലവത്തിന്റെ ബാക്കി പത്രമായി വന്ന, ഒരു ശരാശരി കർഷകന്റെ ആത്മഹത്യയിൽ ബാക്കിയാവുന്ന വിത്തെല്ലാം ആരുമറിയാതെ പുരപ്പുറത്തെ വെയിലേറ്റാണ് വളരുന്നത്. സഹകരണം എന്ന കവിതയിൽ

ഇതിലും കൂടുതൽ
എന്ത് കണ്ടിട്ടാണെന്റെ വീടേ
നാട്ടിലെ സഹകരണ ബാങ്കിനോടൊപ്പം
നീ മതിലു ചാടിയത്?

എന്നാണ് ചോദിക്കുന്നത്. പുതിയ ടെക്നോളജിയിൽ ചോർന്നുപോകുന്ന പ്രകൃതിദത്ത അനുഭവത്തെ 'പെണ്ണനുഭവം' എന്ന കവിതയിൽ കാണാം. ദൈവദത്ത രത്യാനുഭവത്തിന്റെ തീവ്രാനുഭൂതി കൂടിയാണ് ആ കവിത. ആണിന്റെ പെണ്ണനുഭവമെന്ന അർദ്ധനാരീശ്വര സങ്കല്പവും കാൽത്തുടയിൽ നിന്നുണ്ടാവുന്നു ദിവ്യപുത്രന്മാർക്കും (മുത്തപ്പൻ/വയനാട്ടുകുലവൻ) ഡാഫഡിൽ ചെടിയിൽ നിന്നാണ്ട സുവർണ്ണ പുത്രന്മാർക്കും പൂർണ്ണത ഉണ്ടാവുന്നില്ലെന്ന യാഥാർത്ഥ്യവും ഇതോർമ്മിപ്പിക്കുന്നുണ്ട്. ജനിതകവിത്തുകളുടെ സുസ്ഥിരത സംശയിക്കപ്പെടുമ്പോൾ പ്രകൃതി അനുവദിച്ചുതന്ന ഈ തീവ്രാനുഭൂതി

എങ്കിലും ഓരോ മൂലകുടിയിലും
അവനനുഭവിക്കുന്നത്
അവളിലാണെന്ന തോന്നലാണ്

എന്ന വരിയിൽ ഒളിച്ചിരിക്കുന്നു. ജീവൻ സ്വയാർജിത പ്രവർത്തനക്ഷമയുള്ളതാണെന്നും അങ്ങനെയുള്ളതെന്തും പരിണമിക്കുന്നത് വൈവിധ്യങ്ങളിലൂടെയാണെന്നും ഈ വിത്തനുഭവം നമ്മെ പഠിപ്പിക്കുന്നു. നമ്മൾ ഓരോരുത്തരും പരിണമിച്ചത് ഈ സ്വാതന്ത്ര്യത്തിലാണ് എന്നും ഇതിലെ വിത്തനുഭവം പറയുന്നു. ഇങ്ങനെ അനുകൂലസാഹചര്യങ്ങളിൽ പ്രത്യുൽപാദന ക്ഷമയാവുകയും പെരുകുകയും ചെയ്യേണ്ട വിത്തുകളെ, പ്രതിബന്ധങ്ങളെ ഒഴിവാക്കുന്നതിലുള്ള ശ്രമങ്ങളായി സസ്യസങ്കരണമാക്കിത്തീർക്കുമ്പോൾ ഒരു സംസ്കൃതിയാണ് നശിച്ചുപോകുന്നത്. ലക്ഷക്കണക്കിന് വർഷങ്ങളുടെ തുടർച്ചകളിൽ മാത്രം സംഭവിക്കേണ്ടുന്ന ഇടങ്ങളിലാണ് രാവ് വെളുക്കുമ്പോൾ 'പുതിയ ഇനം' രംഗപ്രവേശനം ചെയ്യുന്നത്. വിത്തിന്റെ ചരക്കുവൽക്കരണത്തിന് എതിരുനിൽക്കുന്ന പ്രകൃതിയുടെ നിയന്ത്രണങ്ങളെ കബളിപ്പിക്കലാകുന്നു പുതുസാങ്കേതികതകളൊക്കെ. യന്ത്രങ്ങളും രാസവസ്തുക്കളും വേണ്ടെന്നു പറയുന്നതിനർത്ഥം സാമൂഹിക-സാമ്പത്തിക ഘടനയിൽ സമൂലപരിവർത്തനം എന്നുതന്നെയാണ്.

പണ്ടുപണ്ടുള്ള വിത്തുകളെല്ലാമേ
കണ്ടാലേതുമറിയാതെ മറഞ്ഞുപോയ്
നിഷ്ഠൂരങ്ങളാമിന്നുള്ള വിത്തുകൾ
കുഷ്ഠരോഗാദിയുണ്ടാക്കിടും നൃണാം

എന്ന് കൃഷിഗീത പാടിയത് മറ്റൊരു രീതിയിൽ മറ്റൊരുകാലത്ത് മറ്റൊരു സ്ഥലത്ത് മറ്റൊരു അനുഭവമാക്കിത്തീർക്കുകയാണ് നമ്മുടെ കവികൾ. നാം മണ്ണിൽ നടുന്ന ഒരു വിത്ത് നമ്മെ ഭൂമിയുമായി ബന്ധിപ്പിച്ച് ഭൂമിയുടെ ഭാഗമാക്കുമ്പോൾ നാം ഭൂമിതന്നെയാണെന്ന് ഓർമ്മിക്കപ്പെടുകയാണ് ചെയ്യുന്നത്. വിത്തിന്റെ സ്വാതന്ത്ര്യത്തേയും അതിന്റെ വൈവിധ്യത്തെയും (ഉശ്ല്യശൈ്യ) സംരക്ഷിക്കുന്നതിനുവേണ്ടി പ്രവർത്തിക്കുന്നതിനേക്കാൾ വലിയ ആഹ്ലാദം മറ്റൊരു പ്രവൃത്തിയിൽ നിന്നും എനിക്ക് ലഭിക്കുന്നില്ല എന്ന് വന്ദനശിവ പറയുമ്പോൾ 'ഉർവ്വിയെ പുഷ്പിപ്പിക്കും കലപോൽ നമുക്കത്ര/നിർവൃതികരം സർഗ്ഗവ്യാപാരമുണ്ടോ മന്നിൽ?' എന്നാണ് നാം കേൾക്കുന്നത്.

ഒരുവശത്ത് അധികാര കേന്ദ്രീകരണം എന്നത്തേക്കാളും കൂടുതലായിരിക്കുമ്പോൾ ഈ അധികാരത്തിന്റെ നിയമവിരുദ്ധതയെക്കുറിച്ചുള്ള ബോധവും എന്നത്തെക്കാളും കൂടിയിട്ടുണ്ട് ഇന്ന്. കവിതകളിൽ വൈവിധ്യമാർന്ന ശബ്ദങ്ങളിൽ പതിഞ്ഞ വിത്തുസംസ്കാരത്തിന്റെ പലമ ജാഗരൂകതയാർന്നിട്ടുണ്ട് ഇപ്പോഴും. വിശപ്പ് എന്ന അവസ്ഥയെ ഭക്ഷണം എന്ന ആവശ്യത്തെ അധികാരം പ്രയോഗിക്കാനുള്ള തന്ത്രങ്ങളായി ബഹുരാഷ്ട്ര കുത്തകകമ്പനികൾ ഉപയോഗിക്കുമ്പോൾ ഭരണകൂടം വെറും നോക്കുകുത്തിയാവുമ്പോൾ കവികളുടെ ചെറുശബ്ദങ്ങൾ ഉണ്ടാക്കുന്ന അലോസരം അത്രചെറുതല്ല. ഇതാ, ഈ ഒരിഴ വൈക്കോലിൽ നിന്നും തുടങ്ങാം എന്ന ശബ്ദത്തിന്റെ അലകൾ തീർന്നിട്ടില്ല. കർഷകൻ യഥാർത്ഥ സ്രഷ്ടാവാണ്. മണ്ണിൽ ഇല്ലാത്ത ഒന്നിനെ ഉണ്ടാക്കിയെടുക്കുകയാണ് അവൻ. കവികൾ ഭൂമിയിൽ സൃഷ്ടി നടത്തുകതന്നെ ചെയ്യുന്നു.

■

കവിത മറ്റൊരു ഭാഷയാണ്; മറ്റൊരു മണമാണ്

പുതുകവിതയുടെ ആശയപരിസരം ഒരു സ്ഥലത്തു മാത്രം കൂട്ടി വെക്കാനാവാത്ത വിധം അത്യന്തം വികേന്ദ്രീകൃതമായിത്തീർന്നിട്ടുണ്ട്. ആധുനികതയുടെ അറുപതുകൾ, വിപ്ലവോന്മുഖതയുടെ എഴുപതുകൾ, കേരളദേശീയതയുടെ എൺപതുകൾ, ഇരുപതാം നൂറ്റാണ്ടിന്റെ തൊണ്ണൂറുകൾ എന്നൊക്കെ പറയുമ്പോലെ പ്രത്യക്ഷമായ പൊതു സ്വഭാവം പുതുകവിത പേറുന്നുണ്ടെന്ന് പറയാൻ വയ്യ. മൂശകളും സങ്കൽപങ്ങളും വെവ്വേറെയായ ഒരു വ്യവഹാരത്തിന്റെ തുടർച്ചയും വിടർച്ചയുമായിരിക്കുന്നു അത്. തൊണ്ണൂറുകളിലെ പ്രശ്നവൽകൃതമായ ഒരു സാമൂഹിക ഇടത്തുനിന്നാണ് പുതുകവിതയുടെ വ്യവഹാരം രൂപപ്പെട്ടു തുടങ്ങിയത്. ആശയതലത്തിൽ വലിയ പരീക്ഷണങ്ങൾ നടന്നതിന്റെ അടിസ്ഥാനത്തിലാണ് പ്രധാനമായും ഈ വാദം നിലനിൽക്കുന്നതും. ഷെയർ മാർക്കറ്റിന്റെ വരവും ഉപഭോക്തൃകൂട്ടമായി മാറിയ മധ്യവർഗ്ഗവും കടത്തിന്റെ ഇടങ്ങളും സ്ഥാപനങ്ങളും അതിന്റെ സ്വീകാര്യതയും മാന്യതയും അതിന്റെ തന്നെ തുടർച്ച എന്നു പറയാനാവുന്ന കൂട്ട ആത്മഹത്യകളും കൂടെ വെക്കാവുന്ന വിധത്തിലുണ്ടായ മദ്യ ഉപഭോഗത്തിന്റെ കുത്തനെയുള്ള ഉയർച്ചയും മതബോധത്തിനേറ്റ വിള്ളലുകളും വിശ്വസമില്ലായ്മകളും, ഹിംസാത്മകതയുടെയും സന്ദേഹങ്ങളുടെയും മാധ്യമ സെൻസേഷനലിസവും, ശരീര കേന്ദ്രിതമായ വേവലാതികളോടൊപ്പം അതിനെ പെരുപ്പിക്കുന്ന ബ്യൂട്ടിപാർലറുകളും ആരോഗ്യ മാസികകളും ആശുപത്രികളും നൽകുന്ന ആരോഗ്യസങ്കൽപങ്ങളും ഭീതികളും പരിസ്ഥിതിയെ മാനിക്കാത്ത വിധത്തിലുള്ള വികസനവും ഭൂമാഫിയകളും ഒക്കെയൊക്കെ നിറഞ്ഞ

ഒരു രാഷ്ട്രീയ പരിസരവും സാങ്കേതികതയുടെ വളർച്ചയും പുതുകവിതയുടെ ജൈവികതയ്ക്ക് കാരണമായിട്ടുണ്ട്. ഇങ്ങനെ വാക്കിനും പ്രവൃത്തിക്കുമിടയിൽ വളർന്നുകൊണ്ടിരിക്കുന്ന പിളർപ്പിലാണ് പുതുകവിതയുടെ സാമൂഹ്യ പരിസരം നിൽക്കുന്നതും. ഇക്കാരണം കൊണ്ടുതന്നെയാണ് പുതുകവിതയിലെ പ്രതിബദ്ധത നമ്മെ സ്പർശിക്കാതെ പോവുന്നതും. ആദർശങ്ങളും ആശയങ്ങളും ഉള്ളുപൊള്ളയായ വാക്കുകളിൽ കുടുങ്ങി വീർപ്പുമുട്ടുന്നതും അതുകൊണ്ടുതന്നെയാണ്. അനുഭവം നഷ്ടപ്പെട്ടുപോയതുകൊണ്ട് പകരം വെക്കാൻ മറ്റൊരു വാക്കില്ലാത്തതും നിഘണ്ടുകൾ ചുരുങ്ങിച്ചുരുങ്ങി വരുന്നതും ഇതേ പരിസരത്തുനിന്ന് വായിക്കേണ്ടതാണ്. വാക്കുകൾ നഷ്ടപ്പെടുന്നത് ആ വാക്കുകളുടെ സാംസ്കാരിക പരിസരം നഷ്ടപ്പെടുമ്പോഴാണെന്നും നഷ്ടപ്പെട്ട സാംസ്കാരിക പരിസരത്തെ വീണ്ടെടുത്തുകൊണ്ടേ കവിതയിൽ ആ ഭാഷ കൊണ്ടുവരാൻ കഴിയൂ എന്നും പറയുമ്പോൾ കേരളത്തിന്റെ ഭൂപ്രകൃതിയും അതിന്റെ വിസ്തൃതിയും ജീവിത വൈവിധ്യങ്ങളും പലമകളും നോക്കേണ്ടതായിട്ടുണ്ട്. ഓരോ വാക്കും നില കൊള്ളുന്നത് സാംസ്കാരിക ഉരകടലാസിലാണ്. എ.സി. ശ്രീഹരി മലനാട്, ഇടനാട്, തീരപ്രദേശം എന്നിങ്ങനെ തരം തിരിച്ചുകൊണ്ട് കവികളെ/കവിതകളെ സമീപിച്ചത് ഈയർത്ഥത്തിലായിരിക്കണം. പുതുകവിതയുടെ ബഹുസ്വരതയെ കാണേണ്ടതും ഇത്തരത്തിലാകണം. അല്ലാത്തപക്ഷം ഏത് കള്ളനാണയത്തിനും അവതരിക്കാനുള്ള ഒരിടമായി ബഹുസ്വരത പുതുകവിതയിൽ ഇടം കൊള്ളുന്നുണ്ട് എന്ന് പറയേണ്ടിവരും.

കവിസ്വത്വരൂപീകരണത്തിലുണ്ടായ ഇത്തരം സ്ഫോടനാത്മകമായ വേറിടലാണ് പുതുകവിതയുടെ ആവിഷ്കരണ മേഖലകളെ എന്നും ഉദ്ദീപിപ്പിച്ചിട്ടുള്ളത്. വീരാൻ കുട്ടിയുടെ പനി, പ്രതീക്ഷ, എസ്.ജോസഫിന്റെ മലയാള കവിതയ്ക്ക് ഒരു കത്ത്, കെ.ആർ.ടോണിയുടെ അഭി-പ്രായം, ദിവാകരൻ വിഷ്ണു മംഗലത്തിന്റെ വിചാരം, എം.എസ്. ബനേഷിന്റെ എത്ര ശ്രമിച്ചിട്ടും പോരാടാൻ കഴിയാത്ത കവിത, പ്രകാശൻ മടിക്കൈയുടെ 'ഘ' എന്ന കവിത, അബ്ദുൾ സലാമിന്റെ ഉദ്ദിഷ്ടകാര്യത്തിന് ഉപകാരസ്മരണ, ബിനീഷ് പുതുപ്പണത്തിന്റെ കൈതക്കാട്ടിലെ കവിത, വിമീഷ് മണിയൂരിന്റെ ഈ കവിത ഇങ്ങനെയൊന്നുമല്ല തുടങ്ങിയ കവിതകളൊക്കെ കവിതയെക്കുറിച്ചുള്ള പൂർവ്വധാരണകളെ വിമർശനാത്മകമായി സമീപിക്കുന്ന ഒരിടം തന്നെയാക്കിത്തീർത്തിട്ടുണ്ട് കവിതയെ.

ഒരു വ്യവസ്ഥാപിത കാവ്യഭാഷയുടെ (ഘടനയുടെ) വ്യാജ ശില്പത്തെ തരിശുനിലമാക്കാൻ പുതുകവിതയ്ക്ക് സാധിച്ചിട്ടുണ്ട്. നേരത്തേയുള്ള കാഴ്ചയിൽ നിന്നും മാറിയ മറ്റൊരു കാഴ്ച ഇവ നൽകുന്നുണ്ട്. പുറംകാഴ്ചയുടെ പരപ്പിനപ്പുറം അകം കാഴ്ചയുടെ ആഴം കാണിച്ചു കൊടുക്കാൻ, കാലികമായി ഭാഷയെ നവീകരിക്കാൻ പുതിയ കവിതയ്ക്ക് സാധിച്ചിട്ടുണ്ട്. വിഷ്ണുപ്രസാദിന്റെ ആരോ ഒരു ശില്പം കൊത്തുന്നതിന്റെ ഒച്ച എന്ന കവിത ഇങ്ങനെയാണ്.

ഓരോ കല്ലിനകത്തും മനുഷ്യരുടെ
ഒരു കാടുണ്ട്
ചരിത്രത്തിൽ നിന്നും ഓടുന്നവർ
പിന്നെ
കല്ലുകളിൽ കയറിയിരിക്കുന്നു

....

കല്ലിനുള്ളിൽ അകപ്പെട്ട ശില്പി
എന്തു ചെയ്യും?
കല്ലിൽ ചെവി ചേർക്കൂ, കേൾക്കാം
അയാൾ പുറത്തേക്ക്
കൊത്തുന്ന ഒച്ച

അകത്തേക്ക് കേൾക്കുന്ന ഒച്ചയുടെ അനുഭവത്തിനപ്പുറമുള്ള സ്വത്വപ്രകാശനമാണിത്. കവിതയുടെ ഈ ദൃശ്യപരിപ്രേക്ഷ്യം അക്ഷരങ്ങളിൽ നിന്ന് ദൃശ്യത്തിലേക്ക് കണ്ണുതുറക്കുന്ന മാധ്യമ വ്യാപനക്കാലത്തിന്റേതു കൂടിയാണ്. 'ഉടൻ മഹാദേവിയിടത്തു കൈയാൽ' വരച്ച രവിവർമ്മയുടെ കലാഭാവുകത്വത്തിനപ്പുറമുള്ള ചിതറിയ 'കണ്ടെഴുത്തു'കളെയാണ് പുതുകാലം വരച്ചുവെക്കുന്നത്. കാഴ്ചയെ ക്രമീകരിച്ചും പൊളിച്ചും കവി നടത്തുന്ന ഒരു ഇൻസ്റ്റലേഷൻ ആർട്ട്. നഗരം നിർമ്മിക്കുന്ന വാക്കുകളായും സെല്ലുലോയ്ഡ് ദൃശ്യങ്ങളായും കാഴ്ചയെ കനപ്പിച്ചു നിർത്താൻ പുതിയ കവിതയ്ക്ക് ആവുന്നുണ്ട്. എ.സി. ശ്രീഹരിയുടെ ഇടച്ചേരി (2010) തിരക്കവിതയായാണ് പുറത്തുവന്നത്. എസ്. ജോസഫ് വസ്തുയാഥാർത്ഥ്യം എന്ന അനുഭവത്തെ കൂടുതൽ മൂർത്തമായി കവിതയിൽ കാണിച്ചു തന്നിട്ടുണ്ട്. റഫീക്ക് അഹമ്മദിന്റെ തോരാമഴ കവിതയുടെ 'കണ്ണുകളായി' തിയേറ്ററിലിരുത്തി കരയിച്ചിട്ടുണ്ട്. എസ്. കലേഷ് കണ്ണുകൊണ്ടറിയുന്ന ഒരു ഭാഷ വേണ്ടിയിരിക്കുന്നു ഇനി കവിതയെ വായിക്കാൻ എന്ന് സാക്ഷ്യപ്പെടുത്തി കണ്ടുകൊണ്ടേൻ എന്ന കവിതയിലൂടെ. മനോജ് കുറൂരിന്റെ ഉത്തമപുരുഷൻ കഥപറയുമ്പോൾ എന്ന കവിത വീക്ഷണസ്ഥാന

ങ്ങളെ (point of view) കാവ്യവൽക്കരിക്കുകയാണ്. വളരെ നേരത്തെതന്നെ അൻവർ അലി ഏകാന്തതയുടെ അമ്പതുവർഷങ്ങൾ (1997) എഴുതിയിട്ടുണ്ടല്ലോ. ദൃശ്യ കലയോടുള്ള ചായ്വ്, ആഖ്യാനവും സംവാദവും ഇടകലർന്ന കാവ്യഘടന സൃഷ്ടിക്കുന്ന ഇതിലെ ഓർമ്മ പുതിയ ഭാവുകത്വത്തിന്റെ വലിയൊരടയാളമായി നിരൂപകർ അടയാളപ്പെടുത്തിയിട്ടുണ്ട്.

ഒരനുഭവത്തിന് ഒരുഭാഷയേയുള്ളൂ എന്നും ആ ഭാഷയിലാണ് പുതുകവി കണ്ടെഴുതുകയും കേട്ടെഴുതുകയും ചെയ്യുന്നത് എന്ന് പറയുമ്പോൾ നിലവിലുള്ള ആഖ്യാനമാതൃക അയാൾക്ക് പോരാതെ വരുന്നു. അനുഭവത്തിന്റെ ഈ മുഖാമുഖഭാഷയിൽ അമിതവാക്കുകളെ ഭയക്കുന്ന കവി ആറ്റൂരിന്റെ ദല്ലാൾ എന്ന കവിതയിലെ ചെറുതായിച്ചെറുതായി വരുന്ന നിഘണ്ടു പോലെ ജാഗ്രതയോടെ, ഉൾമൊഴിയാവുന്ന, ഭാഷയ്ക്കുള്ളിലെ ഭാഷയാവുന്ന ഒരു ഇടമായി പുതുമലയാള കവിതയിലുണ്ട്.

അങ്ങനെയൂരും പേരും നാരും
നീക്കി, മെലിഞ്ഞൊരു ചന്ത-
പ്പെണ്ണായ നിഘണ്ടു
തങ്ങളുടെ കൈകളിലെത്തുന്നൂ;
ദല്ലാളാകുന്നൂ ഞാൻ.

ഈ വിശ്വാസത്തിൽ മാത്രം കടിച്ചുതൂങ്ങുമ്പോഴാണ് അത് തികഞ്ഞ അരാഷ്ട്രീയവാദമായി മാറുന്നത്. കവിത അനേകം അരികുകളിൽ നിന്നും സംവദിക്കുന്നതും അണുസൂക്ഷ്മമായ ജീവിതത്തെ അതിന്റെ ഏകാഗ്രതയോടെ ഉള്ളടക്കം ചെയ്യുന്നതും കവിതയ്ക്ക് മാത്രം സാധ്യമായ അറിവ് ഉണ്ടാക്കിക്കൊണ്ട് കവിത സ്വന്തം നിലനിൽപിനെ സാധൂകരിക്കുന്നുണ്ട് പുതുകവിതയിൽ. ഇങ്ങനെ പുതുകവിതയുടെ സൗന്ദര്യശാസ്ത്രം ഏറിയകൂറും പലവക ജ്ഞാനസന്ദർഭങ്ങളെ പാഠമാക്കുന്നവയാണെന്ന് കാണാം.

ചിതറിയ ദേശാനുഭവത്തിന്റേയും ചിതറിയ മാനവികതയുടേയും പ്രത്യക്ഷസൂചകങ്ങളായി പുതുകവിത പ്രത്യക്ഷപ്പെടുമ്പോൾ ബ്ലോഗെഴുത്തിന്റെ സുതാര്യവലകളിലേക്കാണ് കവിത തൊട്ടുനിൽക്കുന്നത്. ദേശം എന്ന അനുഭവത്തെ മുമ്പില്ലാത്ത വിധം പ്രശ്നവൽക്കരിക്കുവാൻ ഇ-എഴുത്തുകൾക്കാവുന്നുണ്ട്. പൂർവ്വ കവികളെ/കവിതകളെ വായിക്കാത്ത, കാവ്യചരിത്രബോധമില്ലാത്ത നവസാങ്കേതിക വിദ്യ കൊണ്ടു മാത്രം എഴുത്താളരായ ഒരു കൂട്ടരിവിടെയുണ്ട്. കവിതയുടെ ഘടനയിലും

ഭാവുകത്വത്തിലും രൂപപ്പെട്ട മാധ്യമബോധമാണ് ബ്ലോഗ് കവിത തുറന്നു തരുന്നത്. ചിത്ര–ചലച്ചിത്ര ബോധവുമായി ഇഴപിരിക്കാനാവാത്ത വിധം സംവദിക്കുന്ന ഈ അവനവൻ പ്രസാധനത്തിൽ ദേശനഷ്ടത്തെ സ്ഥലപരമായ അന്വേഷണങ്ങളായാണ് തൊട്ട് വെക്കുന്നത്. ലതീഷ് മോഹന്റെ ചങ്ങനാശ്ശേരി വേണ്ടെന്നു വെച്ചാലെന്ത് എന്ന കവിതയിൽ,

കോട്ടയത്ത് നിന്ന് തിരുവല്ലയിലേക്ക്
പോകുന്നു ഒരത്യാവശ്യം
അതിനിടയിലാണ് ഒരാവശ്യവുമില്ലാതെ
ചങ്ങനാശ്ശേരി.
എനിക്കവിടെ
ബന്ധുക്കളോ ശത്രുക്കളോ
പൂർവ്വ കാമുകിമാരോ ഇല്ല
ഉപമയോ ഉൽപ്രേക്ഷയോ
എന്തിന്
ഒരു വ്യർത്ഥരൂപകം പോലും
വീണ്ടു കിട്ടാൻ ഇടയാക്കിയിട്ടില്ല
എന്നിട്ടും എന്റെ വണ്ടി എല്ലാ പോക്കിലും
ഇവിടെ വെച്ച് ലേറ്റാവുന്നു.....
നമ്മുടെ ഭൂപടങ്ങൾ
നമ്മൾ തന്നെ വരച്ചാലെന്താണ്?

എന്നാണ് ചോദിക്കുന്നത്. നമ്മുടെ ഭൂമിശാസ്ത്രം വരക്കേണ്ടതാരാണ് എന്ന ചോദ്യമാണ് ഇവിടം പ്രശ്നവൽക്കരിക്കപ്പെടുന്നത്. നമ്മുടെ അറിവിന്റെ തുപ്പല് ചേർത്തേ ആസ്വാദനം പൂർണ്ണമാവൂ എന്നും ഈ പുതു ഇടം പറയുന്നുണ്ട്. ആഗോളം എന്ന കവിതയിൽ കല്പറ്റ നാരായണൻ,

എന്റെ പട്ടണം കാണണമെങ്കിൽ
ഭൂപടം പതിന്മടങ്ങ് വലുതാവണം
എന്റെ ഗ്രാമം കാണണമെങ്കിൽ
ഭൂപടം നൂറുമടങ്ങ് വലുതാവണം
എന്റെ വീട് വലുതാവണമെങ്കിൽ
ഞാൻ ഭൂമിയോളം വലുതാവണം
ഞാൻ കാണുന്നതെല്ലാം കാണണമെങ്കിൽ
ഭൂപടം ഭൂമിയേക്കാൾ വലുതാവണം
പക്ഷെ, എന്റെ മേശപ്പുറത്തിപ്പോൾ
ഒരു തിരിയുന്ന ഗ്ലോബ്

എന്നു പറയുമ്പോൾ അതിർത്തികളെ സമന്വയിപ്പിക്കുന്ന ഒരു

തരം ആഗോളദേശബോധമാണ് കവിതയ്ക്ക് വളക്കൂറാവുന്നത് എന്ന് കാണാം.

ഇങ്ങനെ സങ്കീർണ്ണവും ബാഹ്യലോകകേന്ദ്രീകൃതവുമായ കാലവും ദേശവും പുതുകവിതയിൽ പകുക്കപ്പെടുമ്പോൾ അതിനെ കണ്ടെത്തുവാനും ആസ്വദിക്കാനും പറ്റിയ പുതിയ മുഴക്കോൽ സ്വയം നിർമ്മിക്കേണ്ടിയിരിക്കുന്നു. സ്വന്തം രസന അപ്പോഴും പറയുമായിരിക്കും കവിത മറ്റൊരു ഭാഷയാണ്; മറ്റൊരു മണമാണെന്ന്.

■

വരമ്പുകേറി നടക്കുന്ന പുതുവിചാരങ്ങൾ

സാഹിത്യരചനയിലേക്ക് കടന്നുവരുന്ന ഏവനും ചെയ്യുന്നതാണ്; ചെയ്യേണ്ടതാണ് പദങ്ങളും വാക്യങ്ങളും ഛന്ദസ്സുകളുമൊക്കെ കൈകാര്യം ചെയ്യാൻ സ്വതേ പഠിച്ചുറപ്പിച്ചുവെക്കുക എന്ന് ജോസഫ് മുണ്ടശ്ശേരി പറഞ്ഞുവെച്ചത് (മംഗളോദയം വാരിക 1966 ജൂലൈ) ജീവിതാനുഭൂതികളിൽ നിന്ന് വിശേഷിച്ചൊരർത്ഥകല്പനയോടുകൂടി എന്തെങ്കിലുമൊന്ന് മെനഞ്ഞൊപ്പിച്ച് അത് യുക്തിരൂപത്തിലാവിഷ്ക്കരിക്കാൻ പദങ്ങളും വാക്യങ്ങളും ഛന്ദസ്സുകളും ഉപയോഗപ്പെടുത്തുന്നുണ്ടല്ലോ, അതൊന്നു വേറെയാണ് എന്ന അർത്ഥത്തിലാണ്. പദവാക്യ ഛന്ദസ്സുകളെ ചൊല്ലിയുള്ള വെറും പാണ്ഡിത്യത്തിൽ നിന്നുണ്ടാകുന്നതല്ല ആ കഴിവ് എന്ന് അദ്ദേഹം ആവർത്തിച്ച് പറയുന്നുണ്ട് മംഗളോദയം വാരികയിലെ ആ കുറിപ്പിൽ. ജീവിതാനുഭവങ്ങളെ തന്റെ കാലവുമായി ചേർത്തുവെക്കുമ്പോഴുള്ള സവിശേഷ അർത്ഥത്തിലേക്കാണ് ആ കുറിപ്പ് സഞ്ചരിക്കുന്നത്. അല്ലെങ്കിലും ഏത് കാലത്തും 'കാല'ത്തെ (Time) ചേർത്തുവെച്ചേ അർത്ഥങ്ങൾക്ക് പൂർണ്ണത കൈവന്നിട്ടുള്ളൂ. കവിതയിലെ രൂപഭാവങ്ങളെക്കുറിച്ചുള്ള അമ്പതുകളിലെ സംവാദത്തിൽ നിന്നും എൺപതുകളിലേക്കെത്തുമ്പോൾ സാഹിത്യത്തിലെ ഏത് പ്രവണതകളും ചെറുതോ വലുതോ ആകട്ടെ സാഹിത്യഭാവുകത്വവുമായി ബന്ധപ്പെട്ടിരിക്കുന്നതാണെന്നാണ് നരേന്ദ്രപ്രസാദ് ഓർമ്മിക്കുന്നത്. സാഹിത്യകൃതികളിൽ എക്കാലവും ചേരുന്ന ചില ഘടകങ്ങളുടെ ചേരുവകളിൽ വരുന്ന വ്യത്യാസമാണ് പുതിയ പ്രവണതകൾക്ക് ജന്മം കൊടുക്കുന്നതെന്ന കാര്യം

വിസ്മരിച്ചുകൂടായെന്നും അദ്ദേഹം പറയുന്നുണ്ട്. 'കാല്പനിക പ്രസ്ഥാനം ഉണ്ടാകുന്നതിന് മുമ്പും കാല്പനികതയുടെ അംശങ്ങൾ സാഹിത്യത്തിലുണ്ടായിരുന്നുവല്ലോ. റിയലിസ്റ്റിക് കാലഘട്ടത്തിനുമുമ്പും സാഹിത്യത്തിൽ യഥാതഥമായ ജീവിതചിത്രീകരണമുണ്ടായിരുന്നു. ഫാന്റസിയും സ്വപ്നവും യുക്ത്യതീതമായ ജീവിതചിത്രീകരണവും നവീനതയുടെ ലക്ഷണങ്ങളിൽ ചിലതാണ്. എന്നാൽ അവ പ്രാചീനകൃതികളിൽ പോലും കാണുന്ന ചില അംശങ്ങളുടെ പുതിയ ചേരുവ മാത്രമാണ്' (മരണം മാറ്റമാണ്/നരേന്ദ്രപ്രസാദ്/മലയാള മനോരമ ദിനപത്രം /1987 മെയ് 16) ഇവിടെയും പുതിയ ചേരുവയായി വരുന്നത് കാലത്തിന് ചേർന്നുള്ള ഇടപെടലിനെയാണ്. അതുതന്നെയാണ് – തന്റെ കാലത്തെ അവതരിപ്പിക്കുകയെന്നുള്ളതു തന്നെയാണ് എക്കാലത്തെയും എഴുത്തുകാരൻ ചെയ്യുന്നതും. കാലത്തിന് ചേർന്നുള്ള ഇടപെടൽ തന്നെയാണ് എക്കാലത്തെയും എഴുത്തും. ആധുനികതയുടെ അറുപതുകളും വിപ്ലവോന്മുഖതയുടെ എഴുപതുകളും കേരളദേശീയതയുടെ എൺപതുകളും എന്നൊക്കെ സച്ചിദാനന്ദൻ എഴുതുമ്പോൾ ഈ ഘടകങ്ങളുടെ ചേരുവയെത്തന്നെയാണ് പറയുന്നത്. അതായത് ഓരോ കാലത്തും തന്റെ ഇടം കണ്ടെത്താനാണ് ഓരോ എഴുത്തുകാരനും ശ്രമിക്കുന്നത്. അത് കാലത്തിന്റെ ഇടമാവുന്നതോടെ എഴുത്തുകാരൻ മായുകയും എഴുത്ത് അനശ്വരമാവുകയും ചെയ്യുന്നു.

ഈ കാഴ്ചയുടെ പരിസരത്ത് നിന്ന് പുതിയ കവിതയെ നോക്കുമ്പോൾ അത്യന്തം വികേന്ദ്രീകരിക്കപ്പെട്ട ആശയപരിസരത്തിലാണ് സമകാലിക മലയാള കവിതയുടെ വ്യവഹാരം രൂപപ്പെടുന്നത് എന്ന് കാണാം. മലയാളിയുടെ സാംസ്കാരിക രാഷ്ട്രീയ ജീവിതങ്ങൾ മുമ്പെങ്ങുമില്ലാത്തവിധം അവിശ്വാസത്തിന്റെയും ദ്രുതമാറ്റത്തിന്റെയും സന്ദേഹത്തിന്റെയും കൈപ്പിടിയിലാണ്. സ്ഥിരമായ സ്നേഹമോ വിദ്വേഷമോ ഒരിടത്തും കാണുന്നില്ല. പ്രബുദ്ധത എന്ന ആശയത്തിന്റെ മരണം ഒരർത്ഥത്തിൽ നടന്നുകഴിഞ്ഞിരിക്കുന്നൂ എന്ന് പി.എൻ. ഗോപീകൃഷ്ണൻ. ഇതിനെല്ലാം ഒളിവുകളും മറവുകളും വന്നിരിക്കുന്നു. ഈ ഒളിസ്ഥലങ്ങളെ വിവൃതമാക്കുകയാണ് പുതിയ കവിതയുടെ ഒരിടം ചെയ്യുന്നത്. വ്യവഹാരം, സ്വത്വം, സ്ഥലം എന്നീ ഘടകങ്ങളെ പല രീതിയിൽ ആകുലതയോടെ പരിശോധിക്കുന്നുണ്ട് ആ ഇടം. നമ്മുടെ കാവ്യപാരമ്പര്യത്തിന്റെ രേഖീയവും സുഘടിതവുമൊക്കെയായ സങ്കേതങ്ങളെയല്ല ആ ഇടം പിന്തുടരുന്നത്. അങ്ങനെയാവാൻ പാകത്തിലുള്ള ഒരന്തരീക്ഷം ഇന്നില്ലതന്നെ. കവിസ്വത്വ രൂപീക

രണത്തിലുണ്ടായ സ്ഫോടനാത്മകമായ വേറിടലും മറ്റും കൊണ്ടും കവിതയെത്തന്നെ, എഴുത്തുരീതി കൊണ്ട് വിമർശനാത്മകമായി സമീപിക്കുന്നുണ്ട് പുതിയ കവിതകൾ. ഭാഷയുടെ ശക്തികാട്ടാനുള്ള ഒരിടം തന്നെയാണതും. യാന്ത്രികവും കേവലയുക്തിനിറഞ്ഞ് ഔപചാരികമാക്കപ്പെടുന്നതുമായ ഭാഷയുടെ അതിജീവനത്തിന്റെ ത്വര തന്നെയാണ് അത്.

ജീവിതത്തിൽ അമർന്നിരുന്ന് അനുഭവങ്ങളെ കണ്ടെഴുതുകയും കേട്ടെഴുതുകയും ചെയ്യുമ്പോൾ ഭാഷയും പൂർവ്വമാതൃകകൾ പോലും അയാൾക്ക് മതിയാകാതെ വരുന്നു. വീട്ടിൽ നിന്നും പുറത്തെത്തി വീട് വഴി കൂടിച്ചേർന്നതാണ് എന്നും, വഴിക്കാഴ്ചകൾകൂടി ചേരുന്നതാണ് അത് എന്നും പുതിയ കവിത സ്വകാര്യമായി നമ്മോട് പറയുന്നുണ്ട്. ചൊൽക്കാഴ്ചയുടെ വികാരവിക്ഷോഭം ഇല്ലാതെ അനേകം അരികുകളിൽ നിന്നും അത് സംവദിക്കുന്നുണ്ട്. വ്യവസ്ഥ വലിയവയെ തുണയ്ക്കുമ്പോൾ പുതുകവിത ചെറിയവയുടെ സ്ഥാനത്തെ അറിയുകയാണ് ചെയ്യുന്നത്. പ്രാദേശീയത ഏറെ സജീവമാകുന്നുണ്ട് പുതിയ കവിതയിൽ.

പുതിയ കവിതയുടെ സൗന്ദര്യശാസ്ത്രം ഏറിയകൂറും പലവക ജ്ഞാനസന്ദർഭങ്ങളെ പാഠമാക്കുന്നവ തന്നെ. സാധാരണതയുടെ അസാധാരണതയെത്തന്നെയാണ് പുതിയ കവിത ഏറ്റവുമധികം തൊടുന്നതും. ജീവിതകാലം മുഴുവൻ ശ്രദ്ധിക്കപ്പെടാതിരിക്കുന്നതിൽ അസ്വാഭാവികത ഒന്നുമില്ലാ എന്നുപോലും പുതിയ കവിത ഓർമ്മിപ്പിക്കുന്നുണ്ട്. അത്രമാത്രം ശ്രദ്ധാലുവായിത്തീർന്നിട്ടുണ്ട് പുതിയ കവിതയിലെ വഴിയിടങ്ങൾ. ജീവിതപ്പാച്ചിലിന്റെ സുനാമിത്തിരകളാകെ ഭാഷയെ ഒഴുപ്പിച്ചടുക്കുമ്പോൾ അനുഭവത്തിന്റെ നേരിയ ശബ്ദം അവനു കേൾക്കാതെയാവുന്നുണ്ട്. എങ്കിലും അത് ഇല്ലാ എന്നു പറയാൻ അവനാവില്ലല്ലോ. ആൾക്കൂട്ടത്തിനു വേണ്ടിയുള്ള മുഴക്കങ്ങളല്ല അവന്റെ തൊണ്ടയിലുള്ളത്. തന്റെ ആത്മാവിന്റെ നേരിയ ശബ്ദത്തിന് അവൻ ഒറ്റയ്ക്കാണെങ്കിലും ജാഗരൂകനാണ്. നിശ്ശബ്ദതയുടെ പുതിയ സൗന്ദര്യശാസ്ത്രം ഈ കവിതകളുടെ അന്തർധാരയായി വരുന്നത് കാണാതിരുന്നുകൂടാ. എങ്കിൽ പോലും 'പറച്ചെണ്ടയിൽ നിന്നു ദലമർമ്മരങ്ങളിലേക്കുള്ള' (സച്ചിദാനന്ദൻ / ചെറിയ ചെറിയ ഉപകരണങ്ങൾ) സ്വരവ്യതിയാനം മാത്രമാവുന്നില്ല പുതിയ കവിത എന്നുകൂടി ഓർക്കേണ്ടതുണ്ട്. കൂർപ്പിച്ചെടുത്ത മൗനത്തിനും സൂക്ഷ്മതയ്ക്കുമപ്പുറം കവിതയുടെ അതിർവരമ്പുകൾ തന്നെ അവ്യക്തമാവുന്ന

വിഷയങ്ങൾ തെളിഞ്ഞ് തെളിഞ്ഞ് വരുന്ന ഒരു കാലഘട്ടത്തിലാണ് പുതിയ കവിതയുടെ ജീവിതം വായിക്കുന്നത് എന്ന് മറന്നുകൂടാ. ഈ വൈവിധ്യത്തെ ഒരു വളർച്ചയായിത്തന്നെ വേണം കരുതാൻ. ഭാവിയെക്കുറിച്ചുള്ള ആകുലതകളാണ് ഇന്നത്തെ കവിതയിൽ പലപ്പോഴും കാണുന്നത്. ഒറ്റപ്പെട്ട മനുഷ്യന്റെ ഒറ്റപ്പെട്ട ലോകത്തെയാണ് ഇന്ന് കവികൾക്ക് നേരിടാനുള്ളത് എന്ന ഡോ. ആർ. വിശ്വനാഥന്റെ നിരീക്ഷണം ഈയർത്ഥത്തിൽ ഏറെ ശ്രദ്ധേയമാണ്. പാരമ്പര്യത്തോട് ഒട്ടിനിൽക്കുന്ന കവിതകളും പുതിയൊരു പാരമ്പര്യം സൃഷ്ടിക്കാൻ ശ്രമിക്കുന്ന കവിതകളും പാരമ്പര്യം കൈവിടാതെ തന്നെ ലളിതമായൊരു പുതുമ തേടുന്ന കവിതകളും വർത്തമാനത്തിന്റേതായ ഒരു ശൈലിക്ക് രൂപം നൽകാനുദ്ദേശിക്കുന്ന കവിതകളും അങ്ങനെയങ്ങനെ വാസനാവികൃതികളായ കവിതകളും വരെ ഭിന്നദിശകളിലേക്ക് കവിയെ പരിണമിപ്പിക്കാനുള്ള പ്രയത്നത്തിലാണ് പുതിയ കവിതയുടെ പൊതു/സ്വകാര്യ ഇടങ്ങൾ എന്നുകാണാം. സംസ്കാരത്തിന്റെ ബഹുസ്വരതയിലേക്കുള്ള സഞ്ചാരമാണത്. കവിത മുമ്പെങ്ങുമില്ലാത്തവിധം സമൃദ്ധമാകാനും ഈയൊരു പലമ കാരണമാവുന്നുണ്ട്. എത്രയെത്ര നികത്താനാവാത്ത ഒഴിവിടങ്ങൾ ഉണ്ടെങ്കിലും. പാരമ്പര്യത്തെ സമകാലിക വായനയ്ക്ക് വിധേയമാക്കുന്ന പുതിയ നോട്ടങ്ങളും പദച്ചേർച്ചകളും കല്പനകളും ഊന്നലില്ലായ്മകളും കവിതയെ ആരോഗ്യമുള്ള ഭാഷാരൂപവും ജീവിതവസ്തുവുമാക്കുന്നതോടൊപ്പം പുതിയ കവിതയുടെ ഉത്കണ്ഠകൾ ജൈവികമാണ് എന്ന് ഓർമ്മിപ്പിക്കുകയും ചെയ്യുന്നു. പാരിസ്ഥിതികബോധം പോലും പൂർവ്വകവിതയിലെ കേവലപ്രകൃതിയായല്ലാ ഇന്നത്തെ എഴുത്തിൽ. അത്രമാത്രം പുതിയ പുതിയ തെളിച്ചങ്ങൾ പുതുകവിതയിലേക്ക് വന്നുകഴിഞ്ഞിട്ടുണ്ട്. ഈ ചൂട്ടിന്റെ വെളിച്ചത്തിലിരുന്നാണ് കവിതയുടെ പുതിയ ഗോത്രത്തിലെ സ്വത്വപ്രകാശനത്തിന് മുമ്പത്തേതിനേക്കാൾ വിപുലമായ സാധ്യതകൾ തുറന്നിട്ടിരിക്കുകയാണ് എന്ന് നാം വായിക്കുന്നത്. സൈബർ ലോകത്തോളം അത് നീണ്ടുകിടക്കുന്നത് നാം കാണുന്നുമുണ്ട്. ഇന്നേവരെ അറിയപ്പെടാത്ത ദൂരത്തിലുള്ളതും പ്രാന്തവത്ക്കരിക്കപ്പെട്ടതുമായ ജീവിതത്തെപ്പോലും മുൻധാരണയില്ലാതെ സമീപിക്കുന്ന എഴുത്തിടങ്ങൾ, കവിതയാണെന്നുപോലും പറയാത്ത എഴുത്തിടങ്ങൾ പുതിയ കവിതാഭൂമിയിൽ ഓല കെട്ടി സ്വാതന്ത്ര്യത്തോടെ പാർക്കുന്നുണ്ട്. വർത്തമാനത്തിൽ ജീവിക്കുന്ന ഇത്തരം എഴുത്തുകൾ പുതിയതും വേറിട്ടതാകണമെന്നുമുള്ള സ്വാതന്ത്ര്യേച്ഛയാണ് കവിതയെ, കാമ്പസുകളെ ജീവി

തത്തിന്റെ പ്രത്യക്ഷമായ മേച്ചിൽപ്പുറങ്ങളിലേക്ക് നയിക്കുന്നത്. മണ്ണിനോടും സസ്യജന്തുജാലങ്ങളോടും മറ്റുള്ളവരോടുമുള്ള ബന്ധമാണ് സ്ഥിരസ്വത്വം എന്ന് അവൻ തിരിച്ചറിഞ്ഞുകഴിഞ്ഞിട്ടുണ്ട് തന്റെ എഴുത്തിലൂടെ. യുവതയുടെ പുതിയ വിത്തിടങ്ങളുമായി മണ്ണിന്റെയും മനസ്സിന്റെയും ഈർപ്പമേറിയ ഉറപ്പിൽ തൊടാൻ ശ്രമിക്കുന്ന അനുഭവങ്ങളെ പുതിയ കവിത എക്കാലവും ചേർത്തിണക്കിയിട്ടുണ്ട്.

■

കടത്തിന്റെ ആഴങ്ങൾ

വണം കടം കൊടുക്കുമ്പോൾ കടം വാങ്ങുന്ന ആൾക്ക് എത്ര മാത്രം സാമ്പത്തികഭദ്രത ഉണ്ടെന്നുള്ള വിലയിരുത്തൽ (ക്രെഡിറ്റ് റേറ്റിംഗ്) താഴ്ന്ന്, അമേരിക്കയുടെ സാമ്പത്തിക മേൽക്കോയ്മയ്ക്ക് തിരിച്ചടിയായത് വെറും വാർത്തയല്ല, കടം ഉണ്ടാക്കുന്ന ചില വിചാരങ്ങളാണ്. ഉയരത്തിലേക്കുള്ള അമേരിക്കയുടെ ബഹിരാകാശയാത്രകളൊക്കെ നിർത്തിവെച്ചപ്പോൾ ലോകത്തിന് കാര്യമായൊന്നും പിടികിട്ടിയില്ല. പിന്നാലെ ക്രെഡിറ്റ് റേറ്റിംഗ് താഴ്ന്നപ്പോഴാണ് യഥാർത്ഥത്തിൽ 'കട'പ്രശ്നം ലോകം പിടിച്ചെടുക്കുന്നത്. എല്ലാ കടങ്ങളും അവസാനമാവുമ്പോഴാണ് പിടിമുറുക്കുന്നത്. ഏതമേരിക്കയെയായാലും.

ശബ്ദതാരാവലിയിൽ 'കട'ത്തിന് ആറ് വിചാരങ്ങളുണ്ട്.

1. വായ്പ തിരിച്ചുകിട്ടണമെന്ന വ്യവസ്ഥയിൽ കൊടുക്കുകയോ തിരിച്ചുകൊടുക്കാമെന്ന വ്യവസ്ഥയിൽ വാങ്ങുകയോ ചെയ്യുന്നത്

2. പിന്നീടൊരിക്കൽ കൊടുക്കാമെന്ന് ഏൽക്കുന്നത്, യഥാസമയം കൊടുക്കാൻ കഴിയാത്തത്.

3. വില പിന്നീട് കൊടുക്കാമെന്ന വ്യവസ്ഥയിലുള്ള സാധനം വാങ്ങൽ അപ്രകാരം വാങ്ങുന്ന സാധനം.

4. കൊടുക്കാനുള്ള പണമോ മറ്റേതെങ്കിലും വസ്തുവോ, ധനപരമായ ബാധ്യത.

5. ബാധ്യത, കടപ്പാട്, കടമ.

6. കടംകഥ.

ഈ വിചാരങ്ങളൊക്കെ വ്യക്തിനിഷ്ഠമാവുമ്പോൾ വ്യക്തി നിഷ്ഠമായ വാക്കാവുന്നു കടം. അത് വളരെ ചുരുങ്ങിയ അർത്ഥ മുള്ള വാക്കാണ്. അത് വിശാലമായാൽ 'സഹായ'മായി. വ്യവഹാര ജീവിതത്തിൽ കൊടുത്ത പണം 'തരുമോ ഇല്ലയോ' എന്ന ഭയത്തിൽ (അവനിലില്ലാത്ത മൃഗീയ മനസിൽ) കടന്നപ്പോൾ കടം ഭീകരമായി മാറുന്ന കാഴ്ചയാണ് കാണുക.

ഷർട്ടിൽ പിടിക്കല്ലേ, കുഞ്ഞിക്കോയേ!
ഷർട്ടെന്റേതല്ലെന്റെ കുഞ്ഞിക്കോയേ
കൊരലിൽ പിടിച്ചോളൂ,
പെരടിക്കടിച്ചോളൂ,
ഷർട്ടിൽ പിടിക്കല്ലേ, കുഞ്ഞിക്കോയേ!

എന്ന് ജയശീലൻ കവിത (ഷർട്ടിൽ പിടിക്കല്ലേ) കരയുന്നത് വ്യക്തിനിഷ്ഠതയിൽ നിന്നുകൊണ്ടുതന്നെയാണ്.

പോക്കറ്റിൽ നാലര രൂപയുണ്ട്;
നാളെക്കുറെക്കാശ് കിട്ടാനുണ്ട്
കൊരലിൽ പിടിക്കല്ലേ,
പെരടിക്കടിക്കല്ലേ,
ഷർട്ടിൽ പിടിക്കല്ലേ കുഞ്ഞിക്കോയേ!

വ്യക്തിവിചാരങ്ങൾ ചുരുങ്ങി ബന്ധനസ്ഥാനാവുന്നതു കൊണ്ടാണ് ഈ കടത്തിൽ നിന്നും അയാൾക്ക്/ അവർക്ക് രക്ഷ പ്പെടാനാവാത്തതും. പിന്നീടൊരിക്കൽ കൊടുക്കാമെന്ന് ഏൽക്കു ന്നതും യഥാസമയം കൊടുക്കാൻ കഴിയാത്തതുമായ വ്യക്തിവി ചാരങ്ങൾ ഒരു കുരുക്കാവുകയാണിവിടെ. വാങ്ങിയ ആൾ ഇര യും കൊടുത്തയാൾ വേട്ടക്കാരനുമാവുന്ന വ്യവസ്ഥ മാനുഷിക മൂല്യങ്ങളിലേക്കെത്തുമ്പോഴാണ് ഈ കടം/ ബാധ്യത ഇല്ലാതാ വുന്നത്. അപ്പോഴേക്കും വിശാലത കൈവന്നു.

സമൂഹത്തിന് പ്രശ്നം വരുമ്പോഴാണ് കടത്തെക്കുറിച്ച് ചിന്തി ക്കാൻ തുടങ്ങുന്നത്. ജനിക്കുന്ന ഓരോ കുട്ടിക്കും കടബാധ്യത യുണ്ട് എന്നുപറയുമ്പോൾ താളക്കേടിനെ (imbalance)ക്കുറിച്ചാ ണ് ഓർക്കേണ്ടത്.

എന്ത് താളക്കേട്?

ഭയത്തിൽ നിന്നാണ് ഇത് ഉടലെടുക്കുന്നത്. നിലവിലുള്ള നമ്മെ അംഗീകരിക്കാൻ തയ്യാറാവാതെ, സ്വയം പര്യാപ്തത യെക്കുറിച്ച് ചിന്തിക്കാതെ സ്വയം രക്ഷപപ്പെടാനുള്ള ഒരു നോട്ട

മായാണ് പലപ്പോഴും കടത്തെ നാം കാണുന്നത്. കുറുക്കു വഴിയിലൂടെ പോകുമ്പോഴാണ് അത് 'കട'മായി മാറുന്നതും. അമേരിക്ക എപ്പോഴും സമ്പൂർണ്ണമാണെന്ന് നാം ധരിക്കുന്നു. അമേരിക്ക കഷ്ടപ്പെട്ട് നേടിയെടുത്തതാണ് ആ ഊർജ്ജം. എന്നാൽ ഇന്ത്യയിൽ സ്വയമേവ ആ ഊർജ്ജം ഉള്ളതുകൊണ്ട് സ്വന്തം പോക്കറ്റിൽ പണമുള്ളതറിയാതെ, അത് ശരിക്കും ഉപയോഗിക്കാനറിയാതെ നിൽക്കുകയാണ് ഇന്ത്യക്കാരൻ. ഇതൊരു കാഴ്ചപ്പാടിന്റെ പ്രശ്നമാണ്. അറിവുമായി (വേദം) ബന്ധപ്പെടുത്തിയാൽ അറിവില്ലായ്മ തന്നെയാണ് കടം.

ക്ഷാമകാലത്ത്
എന്റെ നല്ലവനായ അയൽക്കാരനിൽ നിന്ന്
അഞ്ചുരൂപ മരുന്നുവാങ്ങാൻ
കടം വാങ്ങിയിരുന്നു
കൊടുക്കാമെന്നേറ്റ ഡേറ്റ് പ്രകാരം
ഇലക്ട്രിക് പോസ്റ്റിൽ കാൽവെച്ച്
കാത്തുനിന്ന് മടങ്ങുമ്പോൾ
അയാൾ പിറുപിറുത്തു
ഇത്തരക്കാർക്ക് കടം കൊടുക്കുന്നത് ശരിയല്ല
ഞാനോ കാണാത്ത മട്ടിൽ
വച്ചടി വച്ചടി മുന്നോട്ട് പാഞ്ഞു
വച്ചടി വച്ചടി മുന്നോട്ട്
വച്ചടി വച്ചടി.....

(കടം/ പി.എ. നാസിമുദ്ദീൻ)

ഇരയും വേട്ടക്കാരനും അന്യോന്യം മാറിപ്പോവുന്ന വിചാരങ്ങളിലേക്ക് പി.എ. നാസിമുദ്ദീന്റെ 'കടം' പായുന്നുണ്ട്. 'നിന്നെപ്പോലെ നിന്റെ അയൽക്കാരനേയും' കാണാൻ കഴിയാത്ത മാറിപ്പോയ കടപ്പാടങ്ങൾ. 'വെച്ചടി വെച്ചടി' എന്ന നാട്ടുപറച്ചിലിന്റെ കയറ്റം 'പരുങ്ങലി'ന്റെ പാരഡിയായി മാറുന്നതും ഈ കവിതയെ മാറ്റിനിർത്തുന്നുണ്ട്.

ഇങ്ങനെ കടം വാങ്ങിയ ഒരു നാണയത്തിന്റെ മറുവശത്ത് എ. അയ്യപ്പൻമുദ്ര കാണാം.

രണ്ടുച്ചികളുണ്ടെന്റെ ശിരസ്സിൽ,
ഇരുന്നു വാഴണം
അല്ലെങ്കിൽ ഞാൻ
ഇരന്നു വാങ്ങണം

(ജാതകകഥ/ എ. അയ്യപ്പൻ)

കടമേയില്ലാത്ത കൊടുത്തത് വാങ്ങാത്ത വാങ്ങിയത് കൊടുക്കാത്ത യഥാർത്ഥ വഴിയിലാണ് ആ കവിതകൾ മുഴുവനും. കുഞ്ഞിരാമൻ നായരുടെ ജീവിതവെട്ടവും ആ നാണയത്തിന്റെ ഉജ്ജ്വലമുഹൂർത്തത്തിലുണ്ട്.

മഹാഭാരതത്തിലെ ആദിപർവ്വത്തിൽ ശുക്രമഹർഷി തന്റെ മകളുടെ (ദേവയാനി) ഭർത്താവായ യയാതിയെ ശപിക്കുന്ന കഥയുണ്ട്. മകളുടെ ദാസി (ശർമ്മിഷ്ഠ രാജകുമാരി)യിൽ, രഹസ്യമായി മൂന്ന് മക്കളുണ്ടെന്നറിഞ്ഞതാണ് കാരണം. ജരാബാധിതനാവട്ടെയെന്ന ശാപത്തിൽ അച്ഛന്റെ ജര ഏറ്റുവാങ്ങി യൗവ്വനം തിരികെ കൊടുക്കാമെങ്കിൽ വീണ്ടും യൗവ്വനം ആസ്വദിക്കാമെന്ന ശാപമോക്ഷത്തിലാണ് പുരാണത്തിലെ പ്രസിദ്ധമായ 'കടം' കുടികൊള്ളുന്നത്. അല്ലെങ്കിലും ഓരോ ജന്മവും പിതൃക്കളോട് കടം വാങ്ങിയതാണെന്ന് ഓർമ്മിപ്പിക്കുന്നുണ്ട് ഓരോ ജീവിതവും. ശബ്ദതാരാവലിയിൽ കടത്തിന് കടംകഥ എന്ന വിചാരം നൽകിയ കഥ ഇതിൽനിന്നെല്ലാം വേറിട്ടുനിൽക്കുന്നു, കവിതയായി.

■

ശില്പഭദ്രം

കല്ല് അതിപുരാതനകാലത്തിന്റെ അടയാളങ്ങളാവുന്നത് പ്രധാനമായും കലയുടെ ചാരുതയ്ക്ക് ഇടം നൽകുന്ന സ്ഥലമായി മാറുന്നതുകൊണ്ടാണ്. ശില്പവേലയുടെ ചരിത്രമെന്നും കൽപണിയുടെ ചരിത്രമെന്നും ഇവയുടെ നൈപുണിയുടെ അടിത്തറയിൽ നാം തരംതിരിച്ച് വെച്ചിട്ടുമുണ്ട്. കല്ലിന്റെ കട്ടിയും ഉറപ്പും നിറവും അനുസരിച്ച് നമ്മുടെ ഉപയോഗത്തേയും (ഉപഭോഗത്തെത്തന്നെയും) ഇവയിലേക്ക് പറിച്ചുവെച്ചിട്ടുണ്ടല്ലോ. മണൽകല്ലും ചുണ്ണാമ്പ്കല്ലും ചെങ്കല്ലും നമ്മുടെ നിത്യജീവിതത്തിന്റെ പട്ടികയിൽത്തന്നെയാണുള്ളത്. ചിതറിയ ദേശാനുഭാവത്തിന്റെയും മാനവികതയുടേയും പ്രത്യക്ഷാനുഭവങ്ങളായി ഈ കല്ലുകളുടെ അനുഭവങ്ങൾ / രൂപങ്ങൾ / ഭാവങ്ങൾ പുതിയ ശില്പങ്ങളായി അനുഭവപ്പെടുന്നുണ്ട് മലയാളകവിതയിൽ.

കല്ലിൽ പണിയുന്നതുപോലെ ഭാവനയുടെ പരുക്കൻ പ്രതലങ്ങളിൽ കൽപണിക്കാരനായി വേണ്ടാത്ത ചീളുകളെ തുറന്നൊഴിവാക്കുകയാണ് ഈ അനുഭവമാറ്റം. അതൊരു വലിയ ശില്പമല്ലാഞ്ഞിട്ടും പാറയിൽ (വലിയ എന്നർത്ഥത്തിൽ) പണിയാഞ്ഞിട്ടും ശില്പി എന്ന പഴയ അർത്ഥത്തെ മാറ്റിപ്പണിതും കൽപ്പണിക്കാരന് തന്റെ അനുഭവത്തിന്റെ ശില്പം നിർമ്മിക്കാനാവുന്നുണ്ട്. ഓരോ പണിക്കും ഏതുതരം കല്ലാണ് ഉപയോഗിക്കേണ്ടത് എന്ന് തീർച്ചപ്പെടുത്തുന്നു അവൻ. പാരമ്പര്യത്തെ സമകാലിക വായനയ്ക്ക് വിധേയമാക്കാൻ ഈ കല്ലുകൾക്കാവുന്നുണ്ട്. ലഭ്യതയും പണിചെയ്യാനുള്ള എളുപ്പവും പുറംകാഴ്ചയും (appearance) ബലവും സുസ്ഥിരത (strength and stability)യും മിനുക്കിയെടുക്കാ

നുള്ള കഴിവും ഈടും ലാഭവും ദൂരവും സൗകര്യങ്ങളും എല്ലാമെല്ലാം അവൻ തന്റെ കല്ലിനുള്ളിൽ വരച്ചുവെച്ചിട്ടുണ്ട് അഥവാ ഒളിപ്പിച്ചുവെച്ചിട്ടുണ്ട്. കല്ല് ഒരു സാധാരണവസ്തുവാകെത്തന്നെ അസാധാരണവസ്തുവാകുന്നേടത്താണ് പുതിയ കവിതയുടെ ഭാവുകത്വ പരിണാമം.

എസ്. ജോസഫിന്റെ 'കറുത്തകല്ല്' എന്ന കവിതയിൽ സാധാരണ(പണി)ക്കാരനായി വന്ന് അസാധാരണ(പണി)ക്കാരനായി മാറുന്ന കാവ്യാനുഭവം കാണാം.

കറുത്ത കല്ലിന്റെ പുറത്തിരുന്ന്
ചെറുപ്പകാലത്ത് കളിച്ചത് ഓർക്കുന്നു
എനിക്കു മുമ്പേ ജനിച്ച കല്ലിത്
കറുത്തവനെന്റെ കറുപ്പുള്ള കല്ല്
വെയിലത്തും കൊടുമഴയത്തും
ഒരു വിഷാദമില്ലാതെ
വികാരമില്ലാതെ കിടന്നിരുന്നു കല്ല്
അതിന്നാനപ്പുറത്തിരുന്നു മണ്ണപ്പം
തുരുതുരാച്ചുട്ടുകളിച്ചത് ഓർക്കുന്നു.

കല്ലിന്റെ പുറത്തിരുന്ന് ഓർക്കുന്ന കാര്യങ്ങളെല്ലാം കല്ലിനേക്കാൾ കടുപ്പമാർന്ന് വരികയാണ് ശേഷം. അസാധാരണ അനുഭവത്തിലേക്കുള്ള പ്രവാഹമാണ് പിന്നീട്. അമ്മയും വിശപ്പും ബാല്യവും എല്ലാം ചവറ്റുകൊട്ടിയിലെറിഞ്ഞ് ഡോക്ടറേറ്റെടുക്കാൻ പോകെ ഗവേഷണാലയങ്ങൾ തുളച്ചുപോകുന്ന പ്രവാഹങ്ങൾ! 'കരിങ്കല്ല് പൊട്ടിച്ചെനിക്കു ഭക്ഷണം / നിറച്ചു തന്ന പിതാവിനെ' മറക്കാൻ കഴിയാതെ കറുത്തപാതകളും കറുത്ത വേശ്യകളും കറുത്ത കുഞ്ഞുങ്ങളും കറുത്ത പുസ്തകവുമൊക്കെയായി 'കറുപ്പിലേക്കെന്റെ കറുപ്പിലേക്ക്' തിരിച്ചുപോവുകയാണ് കവി.

എനിക്കിതുപോരാ
എനിക്കും നിന്നുള്ളം തുളച്ചുപോകണം
കരിങ്കല്ലേ, ദൂരെ വനങ്ങളിൽ
മരിച്ച കൂട്ടുകാർ കിടക്കുന്ന ശവ-
ക്കുഴിയുടെ മൂടി തുറന്നുനോക്കണം.

അനുഭവത്തിന്റെ തീക്ഷ്ണതയാൽ പിന്നീട് തളർന്നു പോവുകയാണ് വാക്കുകൾ. കടുത്ത അനുഭവങ്ങൾ കൂടിക്കൂടി കല്ലായതാണ്. ശൈത്യത്തിന്റെ ശൂന്യതയിൽ മറുവാക്കില്ലാതെ ഉറങ്ങുകയാണോ? കരിങ്കല്ല് പണ്ടങ്ങഗാധതയിൽ നിന്നുരുണ്ടു വന്നുവോ?

അനന്തതയിലേക്കുരുണ്ടു പോവുമോ? ഈ ചോദ്യങ്ങൾ ഉള്ളിൽ നിന്നുയരെ അസാധാരണതയ്ക്കുമപ്പുറത്തേക്കുള്ള വഴി തുറക്കുന്നു.

ഈ 'കറുത്ത കല്ലി'ലെ ശില്പത്തെ രൂപപ്പെടുത്തിയത് പാറയിൽ നിന്നും കല്ലുകൾ വേർപെടുത്തുന്ന കലയുടെ വഴിയിൽത്തന്നെയാണ്. കുഴിച്ചെടുക്കലും വെട്ടിയെടുക്കലും പൊളിച്ചെടുക്കലും പിളർന്നെടുക്കലും ചൂടാക്കിപ്പൊളിക്കലും കല്ലിൻവഴിയിൽത്തന്നെയാണ്. ഉളിയുടെ പ്രതികാരത്തിൻ ശിലയിലുണർന്നുവരുന്നൂ ശ്യാമ, ആരുടെ പ്രതികാരത്തിൻ പിരിയാനാകാ പ്രതിരൂപങ്ങൾ പിരിഞ്ഞിരിക്കുന്നൂ നീയും ഞാനും എന്ന് ഡി. വിനയചന്ദ്രൻ (കല്ലിലെ കവിത). ഖനികളിൽ നിന്നും വേർപെടുത്തിയെടുക്കുന്ന കല്ലുകൾക്കുള്ളലെ ക്രമരാഹിത്യം അവയെ പരുക്കൻ കൽപ്പണിയിലേക്ക് മാറ്റിവെക്കുന്നു. ബാക്കിയുള്ളവയെ ആകൃതിപ്പെടുത്തുകയും, ആവശ്യമായ മിനുസപ്പെടുത്തലും ചെയ്ത് 'രൂപപ്പെടുത്തുക'യാണ് ചെയ്യുന്നത്. 'കറുത്ത കല്ലിൽത്തന്നെ ഈ വഴിയിലെല്ലാം കടന്ന് മിനുസമാർന്ന്

കതകടയ്ക്കാതെ നിശ്ശബ്ദതയ്ക്കുള്ളിൽ
മാറുവാക്കില്ലാതെ ഉറങ്ങുകയാണോ?
കരിങ്കല്ല് പണ്ടങ്ങഗാധതയിൽ നി-
ന്നുയർന്നു വന്നുവോ?
അനന്തതയിലേക്കുരുണ്ട് പോകുമോ?

എന്ന് നേരെ ചോദിക്കുന്നുണ്ടല്ലോ. അരിക് കൊത്തിയും പരുക്കൻ ഉളിപ്രയോഗത്താലും ചുറ്റികപ്രയോഗം കൊണ്ട് കൊത്തിയും ചീകിയും ഉരച്ചും കല്ലുകളെ കവിതയെന്ന് നാം പറഞ്ഞുവെക്കാറുള്ള ശില്പത്തിലേക്ക് 'മാറ്റിപ്പാർപ്പിക്ക'യാണ് കറുത്ത കല്ലിൽ എസ്. ജോസഫും ചെയ്യുന്നത്.

പി.എ. നാസിമുദ്ദീന്റെ 'കല്ല്' പട്ടണത്തിൽ നിന്ന് പോരുമ്പോൾ ഒരു മാസികതേടി പീടികയെല്ലാം കേറി ഒന്നും കിട്ടാതെ ഒരു കല്ലെടുത്ത് കീശയിലിട്ട് വീട്ടിലെത്തിയ ഉടനെ അത് നിവർത്തി വായിക്കുന്ന വിഭ്രമാത്മക അനുഭവം തരുന്ന കവിതയാണ്. കല്ല് ചലിക്കാനാകാത്തതാണെങ്കിലും ദൃഢമായ സ്ഥലകാലങ്ങളിൽ നിന്നും വിടുതൽ തേടുന്ന നിരവധി അനുഭവങ്ങളും അന്വേഷണങ്ങളും ഈ കവിതയിലെ ജീവിതസാധ്യതയെ കെട്ടിപ്പടുക്കുന്നുണ്ട്. കല്ലു പോലുള്ള ഉറച്ച പൂർവ്വനിശ്ചിതമായ മാനസികഘടനയിലെ ഇമേജറിയല്ല ഇവിടെയുള്ളത്. ചിന്തയുടെ, ചരിത്രത്തിന്റെ നിരന്തരപ്രവാഹങ്ങളെ ഈ കല്ല് പുതുരീതിയിൽ നിർമ്മിച്ചെടുക്കുകതന്നെയാണ്.

ഇരുട്ടും വെളിച്ചവും കുടിച്ചുകുടിച്ചു മടുത്ത
ആ കൊച്ചു കല്ല്
എന്നെ എവിടെയൊക്കെയോ നയിച്ചു.

വ്യാഖ്യാനങ്ങൾക്കപ്പുറത്തുള്ള അനുഭവത്തിന്റെ സങ്കീർണ്ണതകളിലേക്ക് നേരെ നീങ്ങുകയാണ് കവി.

പെട്ടെന്ന്
നോക്കുന്നവനേയും പശ്ചാത്തലത്തിൽപ്പെടുത്തുന്ന
ഒരു ഭ്രമാത്മക ചിത്രം പോലെ
പ്രപഞ്ചം എനിക്കുചുറ്റും നിന്ന
ഒരു നിമിഷം
ഞാൻ ആ കല്ല്
ജനലിലൂടെ പുറത്തേക്ക് വലിച്ചെറിഞ്ഞു

ജീവിതത്തിന്റെ നേർക്കാഴ്ചയായി സങ്കീർണ്ണത വളരുമ്പോൾ വ്യവസ്ഥിതിയിലെ കല്ലുകടിയിലേക്ക് കവിത വളരുന്നു.

കാഴ്ചയുടേതും, അനുഭവത്തിന്റേതുമായ സമകാലികതയെ വിട്ടുവീഴ്ചയില്ലാതെ പിൻതുടരുക തന്നെയാണ് പുതിയ കവിത. ഓരോ കല്ലിനേയും ചികഞ്ഞ് ചികഞ്ഞ് എന്നാൽ തികച്ചും സാധാരണമെന്ന് തോന്നിപ്പിക്കുന്ന അസാധാരണ അനുഭവം.

'ഹവ്വയുടെ കല്ലറയോട് ചേർന്ന് കിടന്ന്
ആദാമിന്റെ കല്ലറ മന്ത്രിച്ചു
നീ കേൾക്കുന്നില്ലേ?,
പട്ടണപ്പല്ലെടുക്കുന്ന ക്രെയിനുകളുടെ ശബ്ദം?
ഇല്ല
ഞാൻ കേൾക്കുന്നത്
നിന്റെ തുമ്പികൾ നമുക്കിടയിലെ
കല്ലെടുക്കുന്ന ശബ്ദം?'
(അനാദിശില്പങ്ങൾ / അൻവർ അലി)
'ഓരോ കല്ലിനകത്തും മനുഷ്യരുടെ
ഒരു കാടുണ്ട്
ചരിത്രത്തിൽ നിന്നും ഓടുന്നവർ
പിന്നെ
കല്ലുകളിൽ കയറിയിരിക്കുന്നു
..
കല്ലിനുള്ളിൽ അകപ്പെട്ട ശില്പി
എന്തുചെയ്യും?

കല്ലിൽ ചെവി ചേർക്കൂ, കേൾക്കാം
അയാൾ പുറത്തേക്ക്
കൊത്തുന്ന ഒച്ച്'

(ആരോ ഒരു ശില്പം കൊത്തുന്നതിന്റെ ഒച്ച /
വിഷ്ണുപ്രസാദ്)

അകത്തേക്ക് കേൾക്കുന്ന ഒച്ചയിൽ നിന്നല്ല അകത്തു നിന്നും പുറത്തേക്ക് കേൾക്കുന്ന ഒച്ചയെ കൊത്തിവെക്കുകയാണ് ഭാഷയിലേക്ക് പുതിയ കവി.

■

യൗവനവും മുടിയും

മനുഷ്യനിലെ കഷണ്ടിയും നരയും പ്രായത്തെ ഓർമ്മിപ്പിക്കുന്ന അനുഭവങ്ങളായി പറയാറുണ്ട്. മരണത്തിലേക്കുള്ള ദൂരത്തെ കൈയെത്തി പൂരിപ്പിക്കുന്നുണ്ട് ഈ ചിഹ്നങ്ങൾ. എല്ലാ മനുഷ്യ പരിശ്രമങ്ങളും മരണത്തിന്റെ നിഴലിലാണ് എന്ന ഹാൻസ് മേയർ ഹോഫ് (Time in literature) പറയുന്നതും ഇതിന്റെ നിഴലിലാണ്. നിത്യത എന്ന അനുഭവത്തെ പ്രാപിക്കാനുള്ള ഇച്ഛയിലേക്കാണ് ഇത് നീങ്ങുന്നതുതന്നെ. കാലത്തെ, പ്രായമെന്ന് അടയാളപ്പെടുത്തുന്ന ഭൗതികകാലത്തെ (Physical time)അതിലംഘിച്ച് അനുഭൂതിയിൽ അനുഭവിക്കുന്ന അനുഭൂത കാലമായി (Perceptual time)അവതരിപ്പിക്കുന്ന ഒരു കവിതയുണ്ട് ടി.എസ്. തിരുമുമ്പിന്റേതായി. 1931-ൽ തന്റെ 25-ാം വയസ്സിൽ എഴുതിയ 'എന്റെ യുവത്വം' എന്ന കവിത.

വയസ്സ് അറിയിക്കുന്നത് കാലം കൊണ്ടല്ല എന്നും പ്രവൃത്തി കൊണ്ടാണ് എന്നും ഒരാളുടെ യുവത്വം അയാളിൽ ഉജ്ജ്വലിച്ചു നിൽക്കുന്ന സർഗാത്മകതയുടേയും വിപ്ലവബോധത്തിന്റേയും ക്രിയാത്മകതയിലാണ് എന്ന വെളിപാടാണ് എന്നും 'എന്റെ യുവത്വ'ത്തിൽ കവി. അധിനിവേശത്തിനെതിരെയുള്ള ഇരകളുടെ പ്രതിഷേധ ബോധമാണ് അവന്റെ യുവത്വം. അധികാരധാർഷ്ട്യത്തിനു മുന്നിൽ തല കുനിക്കാത്ത ധീരതയാണ് അത്. തലയുടെ ഭൗതിക സൗന്ദര്യങ്ങളെ അയാൾ തെല്ലും വില കൽപ്പിക്കന്നേയില്ല.

തല നരയ്ക്കുവതല്ലെന്റെ വൃദ്ധത്വം
തല നരയ്ക്കാത്തതല്ലെന്റെ യുവത്വവും
പിറവിതൊട്ടു നാളെത്രയെന്നെണ്ണുമ-

പ്പതിവുകൊണ്ടല്ലളപ്പതെൻ യൗവ്വനം

അനുഭൂതകാല(Perceptual time)ത്തിന്റ മിസ്റ്റിക് വരികളിലേക്കാണ് ഈ കവിത 'നര'യിലൂടെ ചരിത്രത്തിലേക്ക് മുഷ്ടിചുരുട്ടി നടത്തിക്കുന്നത്!

നരച്ചമുടിയെ മുല്ലമാലയായി കാണുന്ന മനോഹരദൃശ്യം ജി. ശങ്കരക്കുറുപ്പിന്റെ 'എന്റെ വേളി'യിലുണ്ട്. വിവാഹത്തിന്റെ മുഹൂർത്തം തന്നെ മരണത്തിന്റെ മുഹൂർത്തമാവുന്നത് സുസ്മിതത്തോടെ സ്വാഗതം ചെയ്യുകയാണിവിടെ. ഇരുത്തം വന്ന വാർദ്ധക്യത്തോട് സൗമ്യഭാവനേ മരണത്തെ വരിക്കാൻ പറയുന്ന നിർമമത–

മേനി മേ വിറയ്ക്കില്ല, ചുണ്ടിണ ചലിക്കില്ല,
ഗ്ലാനി വന്നുദിക്കില്ല, വിളറിപ്പോകില്ലാസ്യം

–നിത്യമായ അതീന്ദ്രിയകാലത്തിലേക്കുള്ള ചുവടുവെപ്പ് തന്നെ.

നര വന്ന് മൂടിയ ശിരസിനേയും മനസ്സിനേയും സന്ധ്യയോട് ഇണക്കിവെക്കുകയാണ് അയ്യപ്പപ്പണിക്കരുടെ 'പകലുകൾ രാത്രികൾ'. സന്ധ്യ, രാത്രി (മരണ)യോടടുക്കുന്ന പ്രകൃതിയുടെ നര തന്നെ. നരകസ്വർഗ്ഗങ്ങൾ തിരയുന്ന വിളറുന്ന ഒരോർമ്മയാണ് അത്.

നര വന്ന് മൂടിയ ശിരസ്സിൽ
മനസ്സിൽ
നരനായൊരോർമ്മ വിളറുന്നൂ
നരകങ്ങളെങ്ങെന്റെ
സ്വർഗ്ഗങ്ങളെങ്ങ?വകൾ
തിരയുന്നു നീ തന്നെ സന്ധ്യേ?

വെളിച്ചത്തിന്റെ നര തന്നെയാണ് വിളർച്ച. പ്രായാധിക്യത്താലുള്ള വിളർച്ചയും നരയിലേക്കുള്ള പടവുകളായി ഭാവുകത്വമാർന്ന് നിൽക്കുന്നു 'പകലുകൾ രാത്രികളി'ൽ.

നരയുടെ പ്രായത്തെപ്പോലെത്തന്നെയാണ് കഷണ്ടിയും നിലകൊള്ളുന്നത്.

കഷണ്ടിക്കാരൻ കഷണ്ടിക്കാരനോട് സംസാരിക്കുമ്പോൾ
ഒന്നും മറച്ചുവെക്കാനില്ല
മിനുസമേറിയ ഒരു ചിരിയിൽ
ഭൂതമോ ഭാവിയോ എന്തും
പ്രതിഫലിപ്പിക്കാൻ പ്രയാസമില്ല

വാർദ്ധക്യത്തിന്റെ നിഷ്കളങ്കതയിൽ നിന്നും ജീവിതത്തിന്റെ ദാർശനിക വ്യാഖ്യാനങ്ങൾക്കപ്പുറമുള്ള സത്യം കാട്ടിത്തരികയാണ് കെ.ജി. ശങ്കരപ്പിള്ള. വർത്തമാനകാലത്തിൽ വന്നുപെട്ടിരിക്കുന്ന ശൂന്യതയെ കഷണ്ടിയായി ചിത്രീകരിക്കുക വഴി അന്വേഷണം ചെന്നെത്തുന്നത് സത്യം പറയാൻ തയ്യാറാകാത്ത നമ്മുടെയെല്ലാം ഭീരുത്വത്തിലേക്കാണ്. ഇല്ലായ്മയുടെ ശൂന്യത, വളർച്ചയുടെ ഭീരുത്വം, ലാളിത്യത്തിലൊളിച്ചിരിക്കുന്ന കാപട്യം ഇവയ്ക്കെല്ലാമിണങ്ങുന്ന പ്രതീകമായി കഷണ്ടി കടന്നുവരികയാണ്. ഇവയുടേയെല്ലാം കൂട്ടുകൃഷിയായ സമകാലജീവിതാവസ്ഥ വാർദ്ധക്യമാർന്ന് നിശ്ശൂന്യതയും നിഷ്ഫലതയും നിന്ദ്യതയുമൊക്കെയായിത്തീരുന്നതും തെളിച്ചുകാട്ടുന്നുണ്ട് കവി.

കഷണ്ടി കൂടിക്കൂടി മൊട്ടയായിത്തീരുന്നതിലെ ദാർശനികതയാണ് കുഞ്ഞുണ്ണിമാഷിന്റെ കവിതയിൽ. ബുദ്ധി വന്നാൽ ഒന്നും ഒളിപ്പിച്ചുവെക്കാനില്ലെന്നും ജ്ഞാനിയുടെ സത്യം സുതാര്യമെന്നും ആ കവിത വിളിച്ചുപറയുന്നു. അന്ധരായ അനുയായികൾക്ക് സ്വന്തം സ്വരം കേൾപ്പിക്കാനാവില്ലെന്നും കാലത്തിനനുസരിച്ചുള്ള പുതിയ സത്യങ്ങൾ കണ്ടെത്താനാവില്ലെന്നും ആ വഴിയേ സഞ്ചരിക്കാം.

തല മൊട്ടയായതിൽ പിന്നെ
ഗാന്ധി തൊപ്പിയിട്ടിട്ടില്ല
ഗാന്ധി ഭക്തരാകട്ടെ
ചത്താലും തൊപ്പിയൂരില്ല
എത്രകാലം തൊപ്പിയിട്ടാലും
മൊട്ടയാവുന്നതല്ലല്ലോ അവരുടെ തല

'നര നരനേ വരൂ' എന്നും 'തലയിൽ കഷണ്ടിയുള്ളവർ കുറവാണ് / മനസ്സിൽ കഷണ്ടിയില്ലാത്തവരും' എന്നും കുഞ്ഞുണ്ണിമാഷ് കുറിക്കുമ്പോൾ വാർദ്ധക്യത്തിന്റെ തലവേരുറപ്പിലെ ദാർശനികതയിൽ വടികുത്തി സഞ്ചരിക്കേണ്ടതുണ്ട്.

നരയും കഷണ്ടിയും മൊട്ടയും വാർദ്ധക്യത്തിന്റെ ചിഹ്നമാകെത്തന്നെ നരത്വത്തെ മൂടിവെക്കുന്ന പുതിയ കാലവും വന്നുകഴിഞ്ഞു. എത്ര മൂടിവെച്ചാലും നേരിൽ നിന്നേ അവന്റെ സ്വതന്ത്രത്തെ കാലം വെളിപ്പെടുത്തൂവെന്ന് നേര് കാട്ടിത്തരുന്നൂ ദിവാകരൻ വിഷ്ണുമംഗലം

എത്ര സൂക്ഷ്മം
രഹസ്യമായ്
ഡൈ ചെയ്തു മൂടി

ഞാനെൻ
നരമുടി!
(നേര്)

യുവത്വം പുതിയ കാലത്തിന് കീഴടങ്ങുകയാണ് എന്ന് ടി.എസ്. തിരുമുമ്പ് പറയുമ്പോൾ അതിന്റെ നേർക്കണ്ണാടിയായി മാറുകയാണ് ദിവാകരൻ വിഷ്ണുമംഗലം. സമകാലികതയുടെ ജീർണതയിലേക്കും ഈ കണ്ണാടിക്കാഴ്ച പായുന്നുണ്ട്. യൗവ്വനം പോലും നരച്ചുപോകുന്ന ഈ കാലത്ത് ഇത്തരം കവിതകൾ ചുമരെഴുത്താവുകയാണ്. ഇതിലെ കറുത്തഹാസ്യം നരച്ചുപോകുന്ന രാഷ്ട്രീയ നഗ്നതയിലേക്കാണ് കുറിക്കുകൊള്ളുന്നത്. ■

കവിതയിൽ ഒരു റിക്ഷായാത്ര

കവിത കവിതയ്ക്ക് മാത്രം സാധ്യമായ ഒരിടം ഉണ്ടാക്കിയെടുക്കുന്നതിൽ പുതിയ കവിതകൾക്ക് സവിശേഷ പ്രാധാന്യമുണ്ട്. പലപ്പോഴും ഒളിച്ചേ കണ്ടേ എന്ന നിലയിൽ ഒളിസ്ഥലം ധാരാളമുള്ള കവിതകളെത്തേടിയുള്ള യാത്ര പലരും ഒഴിവാക്കാറുണ്ട്. കണ്ടെത്തലിലുള്ള ത്രില്ലല്ല യാത്രയിലാണ് കവിത എന്ന കാര്യം പലപ്പോഴും മറന്നുപോകാറുണ്ട് യാത്രികൻ. വീട്ടിലേക്കുള്ള യാത്രയിൽ വീട് മാത്രം ഒതുങ്ങിപ്പോകുന്നിടത്തേക്കാണ് പുതിയ കവിത കലഹിക്കുന്നത്. വീട്ടിലേക്കുള്ള വഴികൂടി ചേരുന്നതാണ് പുതിയ കവിതയ്ക്ക് വീട്. വഴി മാത്രമല്ല വഴിക്കാഴ്ചകളും ചേർന്നതാണ് പുതുകവിതയ്ക്ക്. അവ വലിയ കാഴ്ചകൾ തന്നെയാവണമെന്നൊന്നുമില്ല. മറ്റുള്ളവർ തീരെയുപേക്ഷിച്ച അരികുകളിലെ ചെറിയ ചെറിയ വാക്കും അവൻ തന്റെ ഓട്ടക്കീശയിലിടുന്നു. അതിന്റെ തീരെച്ചെറിയ ഒച്ചപോലും അവന്റെ സംസ്കാരത്തിനെ വിളിച്ചുണർത്തുന്നതുതന്നെ.

സാധാരണക്കാരനെ സാധാരണക്കാരനായല്ല പുതിയ കവിതയിൽ അവതരിപ്പിക്കുന്നത്. സാധാരണതയിലെ അസാധാരണതയെത്തന്നെയാണ് പുതിയ കവിത തൊട്ടുനിൽക്കുന്നത്. ആറ്റൂരിന്റെ 'ഓട്ടോവിൻ പാട്ടി'ലെത്തിയപ്പോഴേക്കും (1984) 'ഞങ്ങൾ' മാറി 'ഒടുവിൽ ഞാനൊറ്റയാകുന്നു.' (സച്ചിദാനന്ദൻ) എന്ന ഗതിമാറ്റവും കണ്ടുതുടങ്ങിയല്ലോ. ഇല്ലം പൊളിച്ച് ഓട്ടോ വാങ്ങിയ പുളിമനയ്ക്കൽ കുഞ്ഞിക്കുട്ടന്റെ ജീവിതം തന്നെയാണ് 'ഗണപതി' യെന്ന വിളിക്കപ്പേരിൽ നിന്നും 'ഭദ്രകാളി' യിലേക്കുള്ള മാറ്റം. (കവിതയിൽ ആധുനികതയുടെ തിരയിളക്കം കഴിഞ്ഞിരുന്നുവല്ലോ). ഈ സാധാരണക്കാരന്റെ ഓട്ടോയാത്ര 'മാറിയ ജീവിതം'

പറയുന്നത് തീക്ഷ്ണതയോടെയാണെങ്കിലും പിന്നീടുള്ള ആറ്റൂരിന്റെ യാത്ര തീക്ഷ്ണതയുടെ ഒരിറക്കത്തിലേക്കായിരുന്നു. (റിക്ഷയുടെ കുലുക്കം തന്നെയാണ് ആ കവിതയുടെ താളവും) മലയാള കവിതയിൽ ആ യാത്ര തീർന്നിട്ടില്ല. റിക്ഷയെ യാത്രയ്ക്കുള്ള ഉപകരണമായി കാണാതെ റിക്ഷയുടെ മാനസികാവസ്ഥയിലേക്കുതന്നെ സഞ്ചരിക്കുന്നുണ്ട് പുതിയ കവിത. ഒരു സാധാരണക്കാരന്റെ വിനീതമായ വാഹനമെന്നപോലെ.

പി.പി. രാമചന്ദ്രന്റെ 'കവി' എന്ന കവിത (തോർച്ച, 2011 ജൂലൈ) റിക്ഷയുടെ മാനസികാവസ്ഥയെക്കുറിച്ചല്ല കവിതയുടെ മാത്രം ഇടത്തിലേക്കുള്ള സഞ്ചാരത്തെക്കുറിച്ചാണ്. 'മൂന്ന് വികൃതിക്കുട്ടികളേയും കൊണ്ടുപോകുന്ന / നിസ്സഹായയായ ഒരമ്മയാണ്/ ഓട്ടോറിക്ഷ' എന്നു തുടങ്ങുന്ന യാത്രയിൽ 'നിസ്സഹായയായ അമ്മ' എന്നതിന്റെ തീക്ഷ്ണത അനുഭവിക്കാനാവുന്നത് കവിതയുടെ അവസാനവരിയിൽ

'തന്റെ റിക്ഷയിൽ ആദ്യമായി അയാൾ
യാത്രക്കാർക്കുള്ള സീറ്റിൽ ഇരുന്നു'

എന്നു പറയുന്നേടത്താണ്. പറയുന്നതിൽ നിന്നും അനുഭവിപ്പിക്കുന്നിടത്തിലേക്കുള്ള ഈ ദൂരം തന്നെയാണ് പുതിയ കവിതയിലെ ദൂരവും. ആ കണക്ക് ഓരോരുത്തർക്കും വ്യത്യസ്തമായിരിക്കും താനും.

ഏതാനും ദിവസം മുമ്പ്
കുത്തനെയുള്ള ഒരിറക്കത്തിൽ വെച്ച്
മുച്ചക്രങ്ങളുടെ ദൈവം
അയാളുടെ വണ്ടിക്ക് കൈ കാണിച്ചതും

താങ്കൾ കവിയാണ്
പ്രസിദ്ധിയിലേക്ക് പേകേണ്ടയാൾ
ഈ പണി എന്നെയേൽപ്പിച്ച്
പിൻസീറ്റിലേക്ക് മാറിയിരിക്കൂ
എന്നു പറയുന്നതും
തന്റെ റിക്ഷയിൽ ആദ്യമായി അയാൾ
യാത്രക്കാർക്കുള്ള സീറ്റിൽ ഇരുന്നതും

പിന്നീട് അല്ലെങ്കിൽ ആദ്യവായനയ്ക്ക് ശേഷം വരുന്ന കാര്യമാണ്. മൂന്ന് വികൃതിക്കുട്ടി, നിസ്സഹായയായ ഒരമ്മ (ഓട്ടോറിക്ഷയായല്ല), ഡ്രൈവർ, ദൈവം തുടങ്ങിയവരാണ് ഇതിലെ കഥാപാത്രങ്ങൾ എന്നുപറയാമെങ്കിലും 'നിസ്സഹായയായ അമ്മ' മാത്രമാ

ണ് ഇതിലുള്ളത്. ആ അമ്മയിലേക്കുള്ള ദൂരമത്രയുമാണ് ഈ കവിത മുഴുവനും.

കവിതയിലേക്കുള്ള വഴി കൂടിയാണ് ഈ കവിത. എഴുത്തിനെ/ എഴുത്തുകാരനെ നിസ്സഹായയായ ഒരമ്മയാക്കുന്ന വായനയും ഈ കവിതയിലുണ്ട്. എഴുത്തിന്റെ ഏതുവഴിയിൽ നിന്നായാലും ദൈവം അയാളെ പ്രസിദ്ധിയിലേക്കുള്ള പണിയേൽപ്പിച്ച് എഴുത്തിന് പിന്നിൽ മാറിയിരിക്കാൻ പറഞ്ഞേക്കാം. അയാൾ വായനക്കാരനായി മാറുമ്പോഴും എഴുത്ത് എന്നും നിസ്സഹായയായ ഒരമ്മയായി മാറുന്ന കാഴ്ചതന്നെയാണ് കാണുന്നത്. എഴുത്തുകാരൻ തന്റെ എഴുത്തിൽ എത്രമാത്രം ഇഴുകിനിന്നാലും എഴുത്തുകാരൻ എന്ന വ്യക്തിയെ എഴുത്തിൽ അന്വേഷിക്കുന്നത് വ്യർത്ഥമാണ് എന്നുകൂടി ഓർമ്മിപ്പിക്കുന്നുണ്ട് ഈ യാത്ര.

പ്രകാശൻ മടിക്കൈയുടെ ഘല എന്ന കവിത (മൂന്ന് കല്ലുകൾക്കിടയിൽ / ഹരിതം ബുക്സ്/2010) ഘലമൃല്യം ആയാലും ഘീല്യം ആയാലും വാക്കിന്റെ വണ്ടിയോടിച്ചതുകൊണ്ടൊന്നും കാര്യമില്ല എന്നുപറയുന്നു. ഒറ്റവായനയിൽ ഒരു തമാശ എന്നുതോന്നാമെങ്കിലും എവിടെയുമെത്താത്ത (!) ആ യാത്രയിലെ ജാഗ്രത എന്ന് പറയുന്നത് എതിരെ വരുന്ന പുതിയ കാലത്തിനെ വെട്ടിക്കൊണ്ട് മുന്നേറുന്ന 'വേഗത' തന്നെയാണ്. പി.പി. രാമചന്ദ്രന്റെ റിക്ഷ പുതിയ കാലത്തെ വെട്ടിച്ചുകൊണ്ടു മുന്നേറുന്ന 'വേഗത'യല്ല. ഗട്ടർ ഒഴിവാക്കി ഓടിക്കുന്ന 'ആ പാവത്തിന്' കിട്ടിയ കുത്തനെയുള്ള ഇറക്കം തന്നെയാണ്. ദുരന്തങ്ങൾ പലപ്പോഴും സ്വയമേവ വരുന്നതുതന്നെയാണ്. അനുഭവങ്ങളും പലപ്പോഴും ഉണ്ടാക്കിയെടുക്കുന്നതല്ല. എഴുത്തും അങ്ങനെതന്നെ.

കാവ്യയാത്രയിലെ ജാഗ്രത എപ്പോഴും പുതിയ കാലത്തെ മറികടക്കുന്നതായിരിക്കണം എന്ന ശ്രദ്ധ ഈ ഡ്രൈവർ (ഘല എന്ന കവിതയിൽ) വെച്ചുപുലർത്തുന്നത് ആശാവഹം തന്നെ. ഗട്ടർ ഒഴിവാക്കി യാത്ര ചെയ്യുന്ന അയാളും (ഡ്രൈവർ) കവിയാണെന്ന് ദൈവം പറയുന്നേടത്താണ് (ഈ പണി എന്നെ ഏൽപ്പിച്ച് / പിൻസീറ്റിൽ മാറിയിരിക്കൂ) കവിതയിലെ ദൈവത്തിന്റെ ഇടപെടൽ (കവി എന്ന കവിതയിൽ) നാമറിയുന്നത്. കാലത്തെ മറികടക്കുന്നതിനിടയിൽ അവളുടെ (കവിതയുടെ) ഭാവം കാണാൻ തിരിഞ്ഞുനോക്കാൻ പാടില്ലല്ലോ എന്ന ശ്രദ്ധയിലാവണം ഈ കവിക്ക് (L) കവിതയുടെ ലൈസൻസ് കിട്ടിയിരിക്കുന്നത്. 'തന്റെ റിക്ഷയിൽ ആദ്യമായി അയാൾ / യാത്രക്കാർക്കുള്ള സീറ്റിൽ ഇരുന്നു' എന്ന് പറയുന്നേടിത്താണ് അനുഭവത്തിന്റെ ദുരന്തത്തിൽ

എഴുത്തുകാരൻ നിസ്സഹായയായ അമ്മയാവുന്ന കാര്യം പി.പി. രാമചന്ദ്രൻ പറയുന്നത്. എഴുത്തിന്റെ അച്ഛനല്ല, അമ്മയാണ് ഇവിടെ. പിതൃവഴിയിലല്ല സ്നേഹത്തിന്റെ മാതൃവഴിയിലൂടെയുള്ള സഞ്ചാരം തന്നെയാണിത്.

കവികളെ കവിതകൾ പ്രേമിക്കുന്നു എന്നും പ്രേമിക്കുന്ന കവിതയുടെ കവിയാകണം എന്നും കവി കാമുകനായി മാറുമ്പോൾ 'ഒരു കവിതയും എഴുതാനറിയില്ല' എന്ന നിഷ്കളങ്കതയിൽ ഈ കവിയെ കവിത പ്രേമിച്ചുപോകുന്നത് (L) നാം നോക്കിനോക്കി നിൽക്കുന്നു. 'ഈ പണി എന്നെയേൽപ്പിച്ച് പിൻസീറ്റിലേക്ക് മാറിയിരിക്കൂ' എന്ന് ദൈവം പറയുന്നത് (കവി / പി.പി. രാമചന്ദ്രൻ) നാം ഓരോ വായനയിലും അനുഭവിച്ചുകൊണ്ടേയിരിക്കുന്നുണ്ട്, പുതിയ കവിതയിൽ.

■

കവിതയുടെ ബഹുവചനം

ചുട്ടുപഴുത്ത വാക്കുകൾ കൊണ്ട് പ്രവാസജീവിതത്തെ അടയാളപ്പെടുത്തുന്ന ജീവിതത്തിൽ നിന്നാണ് കത്തുപാട്ടുകളുടെയൊക്കെ നേര് മലയാളി അറിഞ്ഞത്. മലബാറി പെണ്ണുങ്ങളുടെ കണ്ണീരുപോലും വിരഹത്തിന്റെ മരുപ്പറമ്പുകളെ കുളിർപ്പിച്ചു! ഗൾഫിലെ കേരളീയ (മലബാറിയുടെ) ജീവിത സമരത്തിന്റെ നേരായിരുന്നു അത്. അതിരുകളും വിശ്രമങ്ങളും കാണാത്ത പ്രവാസജീവിതം ഇത്തരം ഓർമ്മകളുടെ പച്ചപ്പിൽ മാത്രം തളിർത്തു. വൈലോപ്പിള്ളിയുടെ ആസാംപണിക്കാരിൽ പറഞ്ഞതു പോലെ *മുടി വിടുർത്താടും കവുങ്ങുതെങ്ങുകൾ-*

ക്കിടയ്ക്കു പുഞ്ചിരി പൊഴിക്കും വീടുകൾ

ഓരോ അലച്ചിലിനിടയിലും പൊഞ്ഞേറായി.

ജീവിതത്തിന്റെ ഉഷ്ണക്കാറ്റിൽ നാട്ടിലെ പെണ്ണുങ്ങളുടെ തട്ടത്തിൻമറയത്തായിരുന്നു ജീവിതം കുറെയൊക്കെ കുളിരാർന്നത്. ഓരോ പ്രവാസിയുടെയും മൊഴികൾ എന്നും കവിതയുടെ കാട്ടുവഴികളിൽ സഞ്ചരിക്കുന്നതും അതൊക്കെ ക്കൊണ്ടുതന്നെയായിരിക്കണം. കുഴൂർ വി'ന്റെ പെണ്ണുങ്ങൾ എന്ന കവിത വായിച്ചപ്പോൾ ഇതൊക്കെയൊന്നോർത്തുപോയി.

ഓരോ മുറിവിനേയും ലഹരിയാക്കി മാറ്റുന്ന കവിതയോർത്താണ് (കവിതയോരത്താണ്) അയാൾ ഗ്രോസറിയിൽ സിഗരറ്റിനായി കാക്കുന്നത്. പച്ചക്കറിക്കൂട്ടങ്ങളുടെ ഓരം ചേർന്നു നിൽക്കുന്നതിലും ഒരു സുഖമുണ്ട്. മദിപ്പിക്കുകയും കനിക്കിനാവുകൾ കാട്ടി കൊതിപ്പിക്കുകയും ചെയ്യുന്ന ഈ പച്ചക്കറിപ്പെണ്ണുങ്ങളുടെ സാമീപ്യത്തിൽ ഒരു സിഗരറ്റിനായി കാക്കുന്നതിലും അധികമായി മറ്റെന്തു സുഖമാണ് അയാൾക്ക് വേണ്ടത്? 'നിങ്ങളുടെ പെണ്ണുങ്ങൾ ഇവിടെയുണ്ടോ?' എന്ന ഒരൊറ്റ ചോദ്യമാണ് ആ കാസർകോട്ടുകാരൻ ചോദിച്ചത് (ഉള്ളിലുള്ളവരെ അപ്പടി അയാൾ കാ

ണാതാകുമോയെന്ന് ഒന്ന് ഞെട്ടാൻ ഇതിൽപ്പരം എന്തുവേണം?).

കാസർകോട്ടുകാർ സ്ത്രീകളെ ബഹുവചനസൂചകമുപയോഗിച്ച് പെണ്ണുങ്ങൾ എന്ന് പറയാറുണ്ട്. ഓറ് (അവർ എന്ന് ബഹുമാനത്തിൽ) എന്ന വാക്കിൽ ആദരവ് അങ്ങനെ നിറഞ്ഞു നിൽക്കുന്നത് കാണാം. മലബാറിലെ തോറ്റംപാട്ടിലൊക്കെ ഈ ഓറ് വിളി ധാരാളം കാണാം. കാസർകോട്ടെ എണേ എന്ന വിളിയിൽ ഇണയോടുള്ള സ്നേഹവും ആദരവും നിറഞ്ഞുനിൽക്കുന്നുണ്ട്. മുസ്ലിം വിവാഹങ്ങളിൽ പെണ്ണിന്റെ അച്ഛൻ വധുവിനെ കൈപിടിച്ച് വരനെ ഏൽപ്പിക്കുമ്പോൾ ഇണയായി നൽകുന്നു എന്നാണ് പറയുക. ഏ പെണ്ണേ എന്ന അർത്ഥത്തിലും എണേ വിളിക്കാറുണ്ട്. ബീടര്, ആത്തുള്ളാൾ എന്നൊക്കെയുള്ള കാസർകോടൻ വിളികളിൽ വീട്ടുകാരത്തി എന്നും വീട്ടിനകത്ത് (അടുക്കളയിൽ) താമസിക്കുന്നവൾ എന്നൊക്കെയുള്ള അർത്ഥം സാമാന്യമായി നൽകാം. പുരുഷാധിപത്യത്തിന്റെ കണ്ണടയാണ് ഈ വാക്കുകളിൽ ചേർന്നു നിൽക്കുന്നത്. വീട്ടിലന്വേഷിച്ചെത്തുന്ന ആൾക്കാരോട് ഇവിടെയാരുമില്ല എന്ന് വാതിൽമറയത്ത് നിന്ന് പറയുന്ന സ്ത്രീശബ്ദം ഞങ്ങളിവിടെ ആരുമല്ല എന്നല്ലേ പറയുന്നത് എന്നു തോന്നിയിട്ടുണ്ട് പലപ്പോഴും. സ്ത്രീകളെ ഇങ്ങനെ അടുക്കളക്കാരിയാക്കുന്ന (പച്ചക്കറിക്കാരിയാക്കുന്ന) വാക്കിന്നിടത്ത് (ഗ്രോസറി) നിന്നാണ് അയാൾ ഞെട്ടുന്നതും.

ഒറ്റപ്പെടലിന്റെ ഏകാന്തതയിൽ ഒരു കൂട്ടായി (കൂട്ടമായി എന്ന് ഗ്രോസറിക്കാരൻ ഉദ്ദേശിച്ചിട്ടില്ലെങ്കിൽക്കൂടി) നിങ്ങളുടെ പെണ്ണുങ്ങള് ഇവിടെയുണ്ടോ എന്ന ചോദ്യത്തിൽ കവി പരാജയം സമ്മതിക്കുകയാണ്. പെണ്ണിലെ പലരിനെ ഒറ്റവിളി കൊണ്ട് അടയാളപ്പെടുത്തുന്ന ഗ്രോസറിക്കാരനാണ് യഥാർത്ഥ കവി എന്ന് അയാൾ തിരിച്ചറിയുന്നു. വായനക്കാരനാണ് കവിതയെ കണ്ടെത്തുന്നതും കവിയെ തിരിച്ചറിയുന്നതും (പച്ചക്കറിപ്പെണ്ണുങ്ങളുടെ ഓരം ചേർന്ന് പുകവലിക്കാൻ നിൽക്കുന്ന അയാളുടെ ഉള്ള് ഗ്രോസറിക്കാരൻ കണ്ടതാവുമോ?). ഒരൊറ്റ വാക്കുകൊണ്ട് ഒരന്തരീക്ഷം ഉണ്ടാക്കാൻ കവിക്കല്ലാതെ മറ്റാർക്കാണ് കഴിയുക? എന്നെയിവിടെ നിർത്തൂ (ഞാൻ പച്ചക്കറി വിൽക്കാം. ഒന്നിനും കൊള്ളാത്തവനാണ്) നിങ്ങൾ കവിതയിലേക്ക് ചെല്ലൂ എന്ന് കവിക്ക് പറയാനാവുന്നത് അതുകൊണ്ടാണ്. കവിതകൾക്ക് എന്നെ മനസ്സിലാകുമായിരുന്ന ഒരു കാലമുണ്ടായിരുന്നു എന്ന് പുസ്തകത്തിന്റെ ആമുഖത്തിൽ കുഴൂർ വി്ൻ പറയുന്നതും അതുകൊണ്ടുതന്നെ.

■

തുടച്ചുമിനുക്കി ഭംഗിനോക്കി

രതിയുടെ/കാമത്തിന്റെ ഉടൽവിഭവത്തെ ഘോഷിക്കുന്ന സാന്നിധ്യം ആശാലതയുടെ 'എല്ലാ ഉടുപ്പും അഴിക്കുമ്പോൾ' എന്ന കാവ്യസമാഹാരത്തെ ശ്രദ്ധേയമാക്കുന്നു. പ്രണയം പോലും നിശബ്ദസാന്നിദ്ധ്യമായി മാത്രം മിണ്ടുന്ന പുതുകവിതാ വഴിയിലെ ഈ തെന്നിമാറ്റം ഭാരതസ്ത്രീകൾ തൻ ഭാവശുദ്ധി തേടുന്ന പതിവു ചാർച്ചക്കാരെ/പറ്റുകാരെ ഒട്ടൊന്നുമായിരിക്കില്ല അലോസരപ്പെടുത്തുക. ജനലരികിൽ നിന്ന് മാറിനിൽക്കാൻ പറയുന്ന - എനിക്ക് തീർച്ചയായും ആ കാഴ്ചകൾ കാണേണ്ടതുണ്ട് എന്ന് ആവർത്തിക്കുന്ന ഒരു 'ശബ്ദവസന്തം' രതിഘോഷയാത്രയുടെ അമരക്കാരിയായി ഈ കാവ്യസമാഹാരത്തിൽ പലയിടങ്ങളിലായി പ്രത്യക്ഷപ്പെടുന്നുണ്ട്.

സ്വദേഹപ്രേമം (നാർസിസിസം) എല്ലാ സ്ത്രീകളുടെയും മൗലികചിത്തവൃത്തിയാണെന്ന് പറയുന്നത് ഈ പുസ്തകത്തിലെ സ്ത്രീയും അനുവർത്തിക്കുന്നുണ്ട്. സ്വയം തിരിച്ചറിയലിനുള്ള ഒരിടമായിട്ടാണ് അത് കവിതയിൽ നിന്ന് പ്രവർത്തിക്കുന്നത്. ആസൂത്രണത്തിലൂടെയും പ്രവർത്തനലക്ഷ്യനിർണ്ണയത്തിലൂടെയും പൂർണ്ണത നേടാൻ കഴിയാത്തതിനാൽ ശരീരത്തിന്റെ സഹജഗുണത്തിൽ യാഥാർത്ഥ്യം കണ്ടെത്താൻ നിർബുദ്ധയാകുകയാണ് അവൾ. അഴികൾക്കിടയിലൂടെയുള്ള ഒറ്റച്ചാട്ടവും നിലംപോലും അറിയാതെ പതുങ്ങിപ്പതുങ്ങി അടുക്കളയിൽ നിന്നും പാൽ കട്ടുകുടിക്കുന്നതും തൈരും പൊരിച്ചമീനും ഫ്രീസറിൽ വെച്ച പാൽപാക്കറ്റുകൾ പോലും തിന്നുമുടിക്കുന്ന ഇതിലെ ജാരൻ (മാറ്, ജാരൻ വരുന്നു) രതിജാരനായി വിലസുന്നുണ്ട് കവിതയിൽ. എന്ത് തിന്നാലും തീരാത്ത വിശപ്പെന്ന് ഒട്ടൊരു കുസൃതി

യോടെ കവിതയിലെ അവൾ ആലസ്യപ്പെടുന്നുമുണ്ട് . അവൻ നഖം ചുരുക്കി കിടക്കയിൽ കടന്നു കയറി അതീവ സൗമ്യമായി ഉറങ്ങുന്നതും പുലർച്ചെ തിരിച്ചു പോകുന്നതും പ്രണയോന്മാദത്തോടുകൂടിത്തന്നെയാണ് അവൾ പറഞ്ഞു വെക്കുന്നതും. ഇത്തരം കാഴ്ചകൾ എനിക്കു കാണേണ്ട എന്ന കാപട്യഭാവശുദ്ധിപത്രത്തെ ചുരുട്ടിയെറിയുകയാണ് ആശാലത. പ്രണയത്തിന്റെ സ്ഥൂലതയും ഈ കവിതയിലിടമുണ്ടാക്കുകയാണ്. ഉടലും കടലും ഇടകലരുന്നത് അതുകൊണ്ടാണ്. ഒരു പൂച്ച ഒറ്റയ്ക്ക് പാളം മുറിച്ചു കടക്കുമ്പോൾ പൂച്ച, പൂച്ച മാത്രമല്ലെന്നും എല്ലാവരും പൊയ്ക്കഴിഞ്ഞിട്ടും ഇരുട്ടിന്റെ ഈ അടരിൽ പൂച്ചക്കൺവിളക്ക് തെളിച്ച് തനിച്ച് കാത്തിരിക്കുന്നുണ്ട് എന്ന് തിരിച്ചറിയുന്നതും (പൂച്ച, പൂച്ച മാത്രം) അതുകൊണ്ടു തന്നെ. ആത്മരതിയുടെ/ നാർസിസിസത്തിന്റെ പൂച്ചക്കൺവിളക്ക് തന്നെയാണിത്.

ഇന്നലത്തെപ്പോലെ ഒരു ദിവസത്തിലും ഇത്തരം റീലുകൾ ഇടയിൽ കയറുന്നുണ്ട്. സോപ്പ് തേച്ച് പതപ്പിച്ച് നിൽക്കുന്ന കാഴ്ചയല്ല, സോപ്പ് തേച്ച് നിൽക്കുമ്പോൾ കാണുന്ന കാഴ്ച (സ്വപ്നം) യാണ് ആ കവിതയ്ക്ക് സവിശേഷ അനുഭവം പകരുന്നത്. കിളുന്നുടൽ, കൈകൾ, കാലുകൾ, പാദസരങ്ങൾ, മുളച്ചുതീരാത്ത രണ്ടു നെല്ലിക്കകൾ എല്ലാം പച്ചച്ചില്ലിനകത്തേക്ക് ഊളിയിട്ടു പോകാനാണ് തരിക്കുന്നത്. ഉടലുകൾ വിഭവസമൃദ്ധമാവുന്ന ഈ സ്വപ്നക്കാഴ്ചയിലാണ് 'ഇങ്ങനെ വായിൽ നോക്കിയാൽ നീ പെഴച്ചു പെറുമെന്ന്' വെല്യമ്മായി പ്രാകുന്നത്. നാർസിസിസം എല്ലാ സ്ത്രീകളുടെയും ശരീരമനോവൃത്തിയിലാണെന്ന് പറയുന്നത് ഇത്തരം തിരിച്ചറിയലിനുള്ള സുരക്ഷിതപ്രക്രിയയായിട്ടായിരിക്കണം. പുതിയ കവിതയുടെ സൗന്ദര്യശാസ്ത്ര (സ്വപ്ന) ഭൂമികയിൽ അടിച്ചു കയറുന്ന ഇത്തരം പാരമ്പര്യനിരീക്ഷണ വെല്യമ്മായിമാരുടെ പ്രാകൽ കവിതാവായനയുടെ പതിവ് അളവുകോലുകളെ തട്ടിത്തെറിപ്പിക്കുന്നതാണ്. കൃത്യമായും അപ്പോൾത്തന്നെയാണ് വെള്ളിടിവെട്ടുന്നതും. ചേർത്തുപിടിക്ക്/എന്റെ കടൽ/ നിന്റെ ഉടലിനോട്./ ഞാനിപ്പോൾ മഴ കേൾക്കുന്നുണ്ട്/ നീയോ? എന്നാണ് മഴയിലെ വരികൾ മൂളുന്നത്. ഒറ്റയുടൽ പോര പലതായിപ്പടരുവാൻ എന്ന് മറുജീവിതം ആവർത്തിച്ചു പറയുന്നുമുണ്ട്. 'നവംബർ 26 കുറിപ്പുകളിലും' ഈ ഉടലാകാശത്തിന്റെ മേഘത്തെ തൊട്ടുകാണിക്കുന്നുമുണ്ട്. ഒരു ദിവസം/ തിളയടക്കാനാവാതെ/ അടുക്കളപ്പാത്രത്തോളം പോന്ന ഈ അഗ്നിപർവ്വതം പുറത്തേക്ക് ചിതറുംവരെ എന്നാണ് സാമ്പാർ എന്ന കവിതയിൽ.

രതിയുടെ അക്കരെയിക്കരെ കാഴ്ചകൾക്കിടയിൽ മീനുകൾ വെള്ളം കിട്ടാതെ പിടഞ്ഞു ചാകുന്നതും പായൽച്ചെടികളും വെള്ളത്തിനോട് ചേർന്ന് കരയിലേക്ക് വഴിതെറ്റിയ ഒരു കുഞ്ഞുപാമ്പും (തീർച്ചയായും രതിയുടെ ഫ്രോയ്ഡിയൻ ചിഹ്നമാണ് പാമ്പ്. വെള്ളവും അങ്ങിനെ തന്നെ.) ചില്ലിന്നടിയിലെ കൊട്ടാരവും എല്ലാം മണൽവന്നു മൂടിപ്പോവുന്നതും അടക്കിവെക്കുന്ന രതിസമസ്യകളുടെ ദൃശ്യഭൂമികയായി ആശാലതയുടെ കവിതകളെ ഇന്നലത്തെപ്പോലെ ഓർമ്മിപ്പിക്കുന്നുണ്ട്. ഊർക്കിലോ ജലത്തിലോ അല്ല/എന്റെയുടലിൽ മാത്രമേ അവനെ കോർത്തുള്ളൂ എന്നാണ് അണിമാണ്ഡവ്യൻ പറയുന്നത്. ഗ്രഹണത്തിലും ഈ ഉടൽഭ്രാന്തിന്റെ ദൃശ്യസ്വാതന്ത്ര്യം/സാന്നിദ്ധ്യം കാട്ടിത്തരുന്നുണ്ട്. പച്ചയും ചുവപ്പും നീലയും/പലപല നിറങ്ങളുള്ള/ ഭൂമിയെ/അതിന്റെ മോഹം തീരാത്ത കണ്ണുകൊണ്ട്/കോരിക്കുടിക്കുന്നു എന്ന് ചെന്നായ എന്ന കവിതയിൽ. സ്വയം പ്രദർശനമല്ല. സ്വയം തിരിച്ചറിയലിലാണ് ഈ കവിതയുടെ ഊർജ്ജം. ഹ്യൂമറിന്റെ ആൺപോരിമയിലാണ് തന്റെ ചുവടെങ്കിലും ഒരൊറ്റതെറ്റലിൽ തന്നെ പെൺമ കണ്ടെത്താൻ ഇതിലെ കവിതയ്ക്കാവുന്നുണ്ട്. ജനലരികിൽ നിന്ന് മാറ് എന്ന് ആത്മവിസ്മൃതിജനകമായി തന്റെ അനുരാഗത്തെ ചന്ദ്രന്റെ മെയ്യിലെ കറുത്ത പൂച്ചയടയാളമാക്കി മാറ്റാനാവുന്നത് അതുകൊണ്ടാണ്.

പറമ്പിലൂടെ നടക്കുമ്പോൾ എതിരേ വരുന്ന ചെറുനാരകം ഈ കവിതാ വയസ്സറിയിപ്പിനെ (പഴുത്ത നാരങ്ങ) കൊണ്ടു നടക്കുന്നുണ്ട്. എന്നെ പിഴിഞ്ഞു കുടിക്ക് എന്നും ഇവരെപ്പോൽ ചവർക്കില്ല/കുരുകടിച്ചാൽ നാവു കയ്ക്കില്ല/നീരുമുണ്ട് നിറയെ/ജീവിതാനുഭവം മുറ്റിയത് എന്നൊക്കെ വലിയവായിൽ പറയുന്നത് സ്ത്രീ തന്നിലേക്കു തന്നെ തിരിയുകയും, തന്റെ പ്രണയം തനിക്കു തന്നെ സമർപ്പിക്കുകയും ചെയ്യുന്ന പരിതസ്ഥിതിയിലേക്ക് നീങ്ങുന്നതു കൊണ്ടാവണം. എനിക്കു പിടിക്കാൻ പാകത്തിന് (ഹൗ! എന്തൊരു ക്യാച്ച്) അതിനെ കത്തികൊണ്ട് രണ്ടർദ്ധഗോളമാക്കി പിളർന്ന് ഞെക്കിപ്പിഴിഞ്ഞ് മുഴുവൻ നീരുമെടുത്ത് പറഞ്ഞതു പോലെ നാരങ്ങാവെള്ളമുണ്ടാക്കുന്നതും (ശരിതന്നെ – ഒട്ടുമേയില്ല ചവർപ്പ്, കയ്പും) 'ശാരീരികാനന്ദ'ത്തിന്റെ തുടങ്ങിയ പരിധിക്ക് വെളിയിൽ വരുന്ന സ്വയം കാഴ്ചകൾ തന്നെയാണ്. എന്നാൽ ഈ ശരീരം പുഷ്പിണിയായി യൗവ്വനം പ്രാപിക്കുന്നതോടു കൂടി സഹനക്ഷമയും അഭികാമ്യമായിത്തീരും എന്ന സങ്കല്പത്തെ പൊളിച്ചു മാറ്റുന്നതാണ് ആ രണ്ടു നാരങ്ങാമുറിയുടെ (മുലകൾ തന്നെ!) ഉറക്കെയുറക്കെയുള്ള നിലവിളിയും

നിലാവിലെ ചോര ചുവക്കലും. അതുവരെ ആൺഭാഷയിൽ പറഞ്ഞകവിത പെൺമയിലേക്ക് വഴിമാറുന്ന ഒരു ദൃശ്യംതന്നെയാണിത്. അതുകൊണ്ടാണ് എല്ലാ ഉടുപ്പുകളും അഴിച്ചിട്ട് മഴയത്തിറങ്ങി നടക്കുമ്പോൾ ഉള്ളിൽ ഒരു നാരകം ഒരു ചെമ്പകം റോസും പിച്ചിയും നീലശലഭങ്ങളുമിടകലർന്ന് ഒരു കടൽനിറയെ എല്ലാ നിറങ്ങളും പൂത്തുനിൽക്കുന്നത്. അപ്പോഴും എന്റെയാകാശത്ത് നിന്ന് ദൂരെപ്പോ/എന്റെ കടലിൽ നിന്റെ നിഴൽ വീഴ്ത്താതെ പോ/എന്നാണ് (എല്ലാ ഉടുപ്പുകളും അഴിക്കുമ്പോൾ) പറയുന്നത്. സ്വന്തം കണ്ണാടിയിലെ സ്വന്തം പ്രതിച്ഛായയിൽ സൗന്ദര്യവും കാമവും പ്രേമവും അനുഭൂതിയും കാണുന്ന മനസ്സിളക്കുന്ന യുവതിക്കേ ഈ കടലെന്റെയുടൽ/ഞാൻ/മുഴുകിയാഹ്ലാദിക്കുമ്പോൾ/എന്റെ ചന്ദ്രനെ മറയ്ക്കാതിരിക്ക്/ഇന്നെന്നെ കെട്ടിപ്പിടിക്കാതിരിക്ക്/ഇന്ന് കടൽ മാത്രം കെട്ടിപ്പിടിച്ചോട്ടെ/എന്ന് പറയാനാവൂ. സ്വന്തം പെൺമയിൽ അവൾ അതെല്ലാം വിശ്വസിച്ചേ പറ്റൂ. ആ വെളിപാട് നൽകുന്ന വാഗ്ദാനങ്ങൾ നിറവേറ്റാൻ ഈ 'കണ്ണാടിക്കാഴ്ച' അവൾക്ക് ധാരാളം തന്നെ. നീയെനിക്ക്/ഒരേയൊരു ചങ്ങാത്തം/അതുകൊണ്ട് നിന്റെ ചങ്ങാത്ത-/മിടയ്ക്കിടെ പുറത്തെടുത്ത്/തുടച്ചുമിനുക്കി ഭംഗിനോക്കി-/ത്തിരികെ വെയ്ക്കും എന്നാണ് അത്രമേലിഷ്ടമായതുകൊണ്ട് എന്ന കവിതയിൽ പറയുന്നത്. അതുകൊണ്ട്/ ഉടുപ്പിലതൊളിപ്പിച്ചു പിടിച്ച്/ഞാനപ്പോൾ കൂട്ടംപിരിഞ്ഞ്പോകും എന്ന് പറയുമ്പോഴേക്കും നിഗൂഢാനുരാഗത്തിന്റെയെന്നപോലെ മനുഷ്യപ്രണയത്തിന്റെ പരമലക്ഷ്യമായ സ്നേഹിക്കുന്നവരോടുള്ള ഏകീഭാവമായി മാറുന്നു. പ്രണയം അനിവാര്യതയായിത്തീരുന്ന നിമിഷമാണിത്. ഈ ആത്മാരാധനയിൽ നിന്നും ഈ കന്യകയ്ക്കു പുറത്തുകടക്കാനാവുന്നുണ്ട്. എന്റെ കൈ/എന്റെ ഉടൽ/

എനിക്ക് തോന്നുംപടി ചെയ്യാൻ സ്വാതന്ത്ര്യമില്ലെങ്കിൽ/ഞാൻ നിന്നെ ശപിക്കുന്നു എന്ന് അണിമാണ്ഡവൻ ആന്തരിക സംഭാഷണത്തിലൂടെ ദർപ്പണത്തിലൂടെയല്ലാതെ ഇരട്ടവ്യക്തിത്വത്തിന് ഉടമയാവുകയാണ് അവൾ.

യഥാർത്ഥ ലോകമല്ല നാർസിസ്സസ്റ്റിന് വ്യക്തിത്വം നൽകുന്നത് എന്നും അതൊരു പ്രത്യേക നിഗൂഢ തത്വമാണ് എന്നും മൊബൈൽ ടു മൊബൈൽ ഓർമ്മിപ്പിക്കുന്നുണ്ട്. അത്രയൊന്നും ആകർഷകമല്ലാത്ത യുവതിക്കുപോലും ദർപ്പണം നൽകുന്ന അനുഭൂതി ഏറെയാണ്. അത് അതിശയകരമല്ല. കാരണം ജീവനുള്ള ശരീരമാണ് കാണുന്നതെന്ന യാഥാർത്ഥ്യം അവരെ വികാരഭരി

തരാക്കും. അന്തമില്ലാത്ത വർത്തമാനകാലത്തിൽ അടച്ചിരുന്നത് സ്വന്തം ചരിത്രത്തെ/ചാരിത്ര്യത്തെ അവൾ അനുസ്മരിക്കുക കൂടി ചെയ്യുന്നു. അതുകൊണ്ടാണ് പക്ഷി, ഒരാകാശത്തിൽ എങ്കിലും എന്തൊക്കെപ്പറഞ്ഞാലും എന്റെയീ കാതലില്ലാത്തയുടലിൽ/നീ, കൊത്തിക്കൊണ്ടിരിക്കുന്നതെന്താ? എന്ന് ചോദിക്കുന്നത്. മറ്റുള്ളവർക്ക് തന്നോട് വികാരപരമായ അഭിനിവേശം ഇല്ലെന്ന് സമ്മതിക്കാൻ നാർസിസിസ്റ്റിന് കഴിയുകയില്ല. താൻ ആരാധിക്കപ്പെടുന്നില്ല എന്ന് തോന്നിയാൽ അത് തന്നോടുള്ള വിരോധമാണെന്ന് അവൾ വ്യാഖ്യാനിക്കും. സ്വന്തം പ്രപഞ്ചത്തിന്റെ കേന്ദ്രമായി, ലോകത്തിന്റെ മദ്ധ്യമായി അവൾ മാറും. കൊത്തിവെക്കാൻ/നീയെന്നല്ല, ഒരൊറ്റക്കാതലൻ പോലും കൈവശമില്ല/അല്ലെങ്കിൽ പണ്ടെങ്ങാനാരാനും/എരിക്കിനെ കാതലിച്ചു കേട്ടിട്ടുണ്ടോ എന്ന സ്വയം ഇകഴ്ത്തലിനു ശേഷം അവൾക്കുപോലും സംശയമുണ്ട് കുറച്ചുനേരം കൊത്തുകിട്ടി കഴിയുമ്പോൾ എനിക്കും ഇടയിളക്കം വന്നാലോ എന്ന്. താനൊരു പെണ്ണാണെന്ന് തോന്നുന്നതിന്റെ അർത്ഥം, താൻ ആഗ്രഹിക്കപ്പെടത്തക്ക വസ്തുവാണെന്ന് ആകുന്നു. ആഗ്രഹിക്കപ്പെടുകയും സ്നേഹിക്കപ്പെടുകയും ചെയ്യാനാശിക്കുന്നു എന്നാണ്. സ്നേഹിക്കപ്പെടണമെന്ന മായാബോധം സങ്കല്പകാമുകനിൽ അവർ അന്വേഷിക്കുന്നത് തങ്ങളുടെ നാർസിസിസത്തിനുള്ള ആരാധനയാവുന്നുണ്ട്. ചിലത് മഴയായും ചിലപ്പോഴൊക്കെ കടലായും തെറ്റിവായിച്ചുപോകുന്നത് അതുകൊണ്ടാണ്. കടലുകണ്ടിട്ടെത്രനാളായി എന്ന വേവലതായിൽപ്പോലും ഉടലിന്നഗാധമാം ദർപ്പണം തന്നെയാണുള്ളത്. അടച്ചൊതുക്കമുള്ള അന്തർജനമാകാൻ കൊതിക്കുന്ന പുതിയ മലയാള സ്ത്രീകവിതകളിൽ അച്ചടക്കരാഹിത്യത്തിന്റെ വിധ്വംസകതകൊണ്ട് വ്യതിരിക്തതയുള്ളവയാണ് ആശാലതക്കവിതകൾ.

■

അമ്മയുടെ ആകാശങ്ങൾ

പ്രിയപ്പെട്ടവർ കൈയൊഴിയുമ്പോൾ പിന്നെ മരണത്തെ മുന്നിൽ കാണുന്നവരുടെ എണ്ണം കേരളത്തിൽ ക്രമാതീതമായി കൂടുന്നതായി വൃദ്ധരുടെ ആത്മഹത്യയെക്കുറിച്ച് പഠിച്ച പോലീസ് സർജൻ ഡോ.പി.ബി. ഗുജ്റാൾ. പത്ത് വർഷം മുമ്പ് മൊത്തം ആത്മഹത്യയുടെ 15% മാത്രമായിരുന്നു പ്രായമായവർ ആത്മഹത്യ ചെയ്യുന്നതിന്റെ നിരക്കെങ്കിൽ ഇപ്പോൾ മൊത്തം ആത്മഹത്യയുടെ 24% അറുപത് വയസ്സു കഴിഞ്ഞവരാണ്. ഈ ശതമാനക്കണക്കിന്റെയൊക്കെയുള്ളിലെ ആത്മഹത്യാക്കുറിപ്പിൽ സ്നേഹം, ശ്രദ്ധ, ശുശ്രൂഷ എന്നിവയ്ക്കായി ദാഹിച്ചു മരിക്കുന്ന വൃദ്ധരുടെ വിലാപങ്ങളാണ് മുഴങ്ങുക. മരണംപോലും ദുർബ്ബലമാവുന്ന ഇത്തരം അനുഭവങ്ങളെ മറവിയിലേക്ക് വിട്ടുകൊടുക്കാതെ ഓർമ്മയിലേക്ക് ചേർത്തുപിടിക്കുന്ന ഒരനുഭവമാണ് സാവിത്രി രാജീവന്റെ 'അമ്മയെ കുളിപ്പിക്കുമ്പോൾ' (മാതൃഭൂമി ആഴ്ചപ്പതിപ്പ്/ 2013 ജൂൺ 23-29) എന്ന കവിത.

'അമ്മമാരുടെ മുഗ്ദ്ധതകൾക്കി-
ങ്ങവസിതിയുണ്ടോ ഭുവനത്തിൽ'

എന്ന ഇടശ്ശേരിയുടെ വരികളെ പെൺജീവിതത്തിന്റെ സമഗ്രതയിലേക്ക് ഒന്ന് തൊട്ടുവെക്കുകയാണ് ഈ കവിത. ഓർമ്മയായും നഷ്ടമായും ഓർമ്മിച്ചെടുക്കെ പെട്ടെന്ന് മാഞ്ഞുപോയ ഒരു സ്വപ്നമായും ഈ കവിത മാറുന്നു. അമ്മയനുഭവത്തിൽ നിന്ന് മകളനുഭവത്തിലേക്കുള്ള നേർത്ത ഇഴയെടുപ്പിനെ ആത്മഭാവമാക്കുകയാണ് കവയിത്രി. ആഢംബരങ്ങളില്ലാത്ത വികാരങ്ങളുടെ അനുഭവസാക്ഷ്യം കവിതയിലുടനീളം നിഴലിക്കുന്ന നിസ്സഹായതാബോധം തന്നെ. ഒരു കുഞ്ഞിന്റെ സ്വസ്ഥാനത്തിലേക്കുള്ള

സ്നേഹത്തിന്റെ കരുതൽ നടപടികൾ അമ്മയെ കുളിപ്പിക്കുമ്പോൾ കുഞ്ഞിനെ കുളിപ്പിക്കുമ്പോഴെന്നപോലെ വാക്കുകളിൽ കരുതി വെച്ചിട്ടുണ്ട് കവിതയിലുടനീളം. ഉടൽ കൈയിൽ നിന്ന് വഴുതാതെ, ഇളം ചൂടുവെള്ളത്തിൽ, കാലം നേർപ്പിച്ച (അമ്മയിലായാലും കുഞ്ഞിലായാലും) ആ ഉടൽ കഠിനമണങ്ങൾ പരത്തുന്ന സോപ്പു ലായനികൾകൊണ്ട് പതയ്ക്കാഞ്ഞിട്ടും കണ്ണുകൾ നീറുന്നതെന്തുകൊണ്ടാണ്? രാമൻ വാണാലും രാവണൻ വാണാലും സീതയ്ക്ക് കണ്ണീര് കുടിനീര് എന്ന അയ്യപ്പപ്പണിക്കർ ചോദ്യം തന്നെയാണ് ഈ 'അമ്മ'ത്തൊട്ടിലിന്റെ മുകളിൽ ഇപ്പോഴും കൊളുത്തി നിൽക്കുന്നത്.

പുരുഷ കേന്ദ്രീകൃതമായ ഒരു സമൂഹത്തിന്റെ കണ്ണടയിൽ കൂടിയാണ് ഇപ്പോഴും ലോകത്തിന്റെ കാഴ്ചകൾ നീങ്ങുന്നത്. 'ധീരോദാത്തനതിപ്രതാപഗുണവാനായ' ആൺപ്രജകൾ (കഥാപാത്രങ്ങൾ) ഇവിടെയുണ്ടായിട്ടും സ്ത്രീ കഥാപാത്രങ്ങളുടെ പേരിൽത്തന്നെയാണ് എഴുത്തുകാരൻ ഇപ്പോഴും അറിയപ്പെടുന്നത്! സഹനത്തിന്റേയും കാരുണ്യത്തിന്റേയും ആൾരൂപമായി അവളെ പ്രതിഷ്ഠിക്കുകവഴി ഓരജീവിയാക്കി മാറ്റുകയാണ് യഥാർത്ഥത്തിൽ ചെയ്യുന്നത്. അവളൊന്ന് പ്രതികരിക്കട്ടെ. അപ്പോഴറിയാം കാര്യങ്ങൾ. ആശാന്റെ സീത കളരിക്ക് പുറത്തായത് ഇത്തരം വ്യവസ്ഥകൾക്കെതിരെ പ്രതികരിച്ചതുകൊണ്ടുതന്നെ. ആറു മക്കളുള്ള എൺപതുകാരി വൃദ്ധ, നോക്കാനാരുമില്ലാതെ കടത്തിണ്ണയിൽ കിടന്നു ദുരിതമനുഭവിക്കുന്നത് കണ്ട് നാട്ടുകാർ അവരെ അഗതിമന്ദിരത്തിലാക്കിയെന്ന വാർത്ത കേരളത്തിൽ വന്നത് ഒരു വെറും വാർത്തയായി മാറുകയാണ്. തിരുവനന്തപുരം ജില്ലയിലെ വിളപ്പിൽശാല ജങ്ഷനുസമീപം ഒന്നരയേക്കർ പറമ്പിനുള്ളിലെ പത്തുമുറികളുള്ള ഇരുനിലവീട്ടിൽ പ്രതാപിയായി ജീവിച്ച ഒരമ്മയെ അങ്ങേയറ്റത്തെ നിസ്സഹായാവസ്ഥയിൽ മ്ലാനവദനയായി ഇന്നു കാണുന്നതും, പാലായ്ക്കടുത്ത് ആറേക്കർസ്ഥലവും വലിയ വീടും ഉണ്ടായിരുന്ന ഒരമ്മ മക്കൾ സ്വത്ത് കൈക്കലാക്കിയതോടെ തീരാബാധ്യതയായി മാറിയതും, കണ്ണൂരിലുള്ള പേരമകന്റെ വീട്ടിൽപോകാമെന്ന് പറഞ്ഞ് സ്വന്തം മക്കൾ മലപ്പുറം തവനൂർ തൃക്കണാപുരത്തെ സർക്കാർ വക വൃദ്ധമന്ദിരത്തിലേക്കാക്കിയ വൃദ്ധയുടെ കാത്തിരിപ്പിനുമൊക്കെ വീടുകൾ വിട്ടയച്ചവരുടെ ഒരേ മുഖം തന്നെയാണ്. ഇപ്പോഴും കണ്ണട മാറിയിട്ടേയില്ല. ആയിരം പ്രാവശ്യം ടോയിലറ്റിൽ കഴുകിയതും പനിപിടിച്ച കുഞ്ഞിനെ നോക്കാൻ നൂറുദിവസം ഉറക്കമിളച്ചതും അമ്മയുടെ ഉത്തരവാദിത്തം മാത്രമായിരുന്നുവെന്ന മക്കളുടെ

ചിന്തയിലേക്കാണ് ഈ അമ്മയെ കുളിപ്പിക്കുമ്പോഴും നമ്മുടെ നാട്/വ്യവസ്ഥ. അന്ന് നീ കിലുക്കിക്കളിച്ച വളകൾ കാണാത്ത തും അവയുടെ ചിരിയൊച്ചയും നിന്റെ ഇളം കടിയേറ്റ പഴയ മോതിരം ആ വിരലിൽ നിന്ന് എന്നേ വീണുപോയിരിക്കും എന്ന ഓർമ്മപ്പെടുത്തലും ഉള്ളിലെവിടെയോ മുറിവേൽപ്പിക്കുന്നുണ്ട്. വളകൾ കാണാഞ്ഞത് മാത്രമല്ല അവയുടെ ചിരിയൊച്ച നിന്ന തിലും അത് വീണുപോയതിലും ഉത്തരവാദി ഉള്ളിൽത്തന്നെ (വ്യവസ്ഥ) ഉള്ളതുകൊണ്ടാവണം ഈ നീറ്റൽ. ഈ കാഴ്ചയാണ് കവിതയെ വ്യവസ്ഥയ്ക്കെതിരെ നീക്കുന്നത്. സാധാരണ മട്ടി ലെന്നപോലെ നിൽക്കുന്ന സൂക്ഷ്മതയുടെ ചില നോട്ടങ്ങൾ കവിതയെ ഒരുമറവിയിലേക്കും വീണുപോവാത്ത മോതിരവളയ മാക്കി നമ്മെ മുറുക്കുന്നുണ്ട്. ഒരു പുഴയിലും വീണുപോവാത്ത ഇത്തരം മുദ്രാവലയങ്ങൾ ഓർമ്മകൾകൊണ്ട് തിളങ്ങുന്നവതന്നെ. ഏഴോ എഴുപതോ ഏഴായിരമോ അല്ല അതിലെ നിറഭേദങ്ങൾ.

മറവിയുടെ മത്സ്യത്തെ വിടർത്തി മോതിരത്തെ വീണ്ടെടുക്കും പോലെ ഈ കണ്ണടയൊന്നു വെച്ചുനോക്കൂ എന്ന് ഈ കവിത യും ഓർമ്മിപ്പിക്കുന്നു. വീശിവീശി പോയ ഒരു കൈയെപ്പറ്റി വി. എസ് അച്യുതാനന്ദന്റെ അമ്മയോർമ്മ ഓർമ്മവരുന്നു. 'പാലം കടന്നിട്ട് ഞങ്ങൾ വീട്ടിലേക്കു തിരിഞ്ഞുനോക്കി. ജനലഴിയുടെ പിന്നിൽ ഞങ്ങളേയും നോക്കിക്കൊണ്ട് അമ്മ നിൽക്കുന്നു. തിരിഞ്ഞുനോക്കുന്ന ഞങ്ങളെ നോക്കി ആ അവശനിലയിലും അമ്മ കൈവീശി. കാഴ്ച മറയുന്നതുവരെ കൈ വീശിക്കൊണ്ട് കണ്ണീർ വാർത്ത് തിരിച്ചുപോയി......' ചിലപ്പോൾ ചില ഓർമ്മക ളെയെങ്കിലും തിരികെ കൊണ്ടുവരാൻ നമുക്ക് തന്ന ഉമ്മകളി ലൊന്ന് അമ്മയ്ക്ക് പകരം നൽകേണ്ടിയിരിക്കുന്നു.

■